# ઓળખ પરેડ

લેખક

**અશોક દવે**

મુખ્ય પ્રાપ્તિસ્થાન

**નવભારત સાહિત્ય મંદિર**

જૈન દેરાસર પાસે, ગાંધી રોડ, અમદાવાદ-૧

ફોન : (૦૭૯)૨૨૧૩૯૨૫૩, ૨૨૧૩૨૯૨૧

૨૦૨, પૅલિકન હાઉસ, આશ્રમ રોડ, અમદાવાદ-૯

E-mail : info@navbharatonline.com

Web : www.navbharatonline.com

fb.com/NavbharatSahityaMandir

OLAKH PARED
A collection of humorous pen-picters of various castes-sub castes, by Ashok Dave
Published by
Navbharat Sahitya Mandir, Ahmedabad
2018

**ઓળખ પરેડ**
વિવિધ જાતિ-જ્ઞાતિઓ વિશે હાસ્યલેખો


અશોક દવે © શ્રીમતી હકી અશોક દવે

ISBN : 978-81-8440-411-1

પ્રથમ આવૃત્તિ : ૧૯૯૩
ત્રીજી આવૃત્તિ : ૨૦૧૮

**કિંમત : ૯૦.૦૦**

**પ્રકાશક**
મહેન્દ્ર પી. શાહ
**નવભારત સાહિત્ય મંદિર**
જૈન દેરાસર પાસે, પતાસા પોળ સામે,
ગાંધી રોડ, અમદાવાદ - ૩૮૦ ૦૦૧
ફોન : (૦૭૯) ૨૨૧૩ ૯૨૫૩, ૨૨૧૩ ૨૯૨૧

ટાઈપ સેટિંગ
**સ્ટાઈલસ ગ્રાફિક્સ**
અમદાવાદ

મુદ્રક
**યશ પ્રિન્ટર્સ**
અમદાવાદ

# અર્પણ

એ જ્ઞાતિઓના વાચકોને,
જેમનો સમાવેશ આ પુસ્તકમાં થઈ શક્યો નથી,
એમની ક્ષમા સાથે.

## લેખકનાં અન્ય પુસ્તકો

| | |
|---|---|
| ૧. જેન્તી જોખમ | (વ્યક્તિ-ચિત્ર) |
| ૨. કોઈ પંખો ચાલુ કરો | (હાસ્યલેખો) |
| ૩. સવા ફૂટની સ્ટોરી | (હાસ્યલેખો) |
| ૪. અશોકના શિલાલેખો | (હાસ્યલેખો) |
| ૫. બા ખિજાય | (હાસ્યલેખો) |
| ૬. અશોક દવેનું એન્કાઉન્ટર ભાગ-૧ થી ૩ | |
| ૭. ફિલ્મ ઈન્ડિયા ભાગ-૧ અને ૨ | (ફિલ્મને લગતું સાહિત્ય) |
| ૮. જૂની ફિલ્મોના ગાયકો | (ફિલ્મને લગતું સાહિત્ય) |
| ૯. ફિલ્મ સંગીતનાં મધુરાં વર્ષો | (ફિલ્મને લગતું સાહિત્ય) |
| ૧૦. હિરો-હિરોઈન | (ફિલ્મને લગતું સાહિત્ય) |

# આ ત્રીજી આવૃત્તિ છે...?

'ઓળખ પરેડ'ની પહેલી આવૃત્તિ પ્રકાશિત થઈ, તે પછી કેટલી ઝડપથી વેચાઈ ગઈ, એ ખ્યાલ નહોતો રહ્યો. એટલી ખબર અને અપેક્ષા ચોક્કસ હતી કે, મારાં બીજાં પુસ્તકોની સરખામણીમાં આ વધુ વેચાવાનું... પુસ્તકની કે લેખક (!)ની કિંમત ઓછી હશે માટે નહિ, પણ ભારત દેશની પ્રજા દેશ કરતાં પોતાના ધર્મ કે જ્ઞાતિને વધુ ચાહે છે અને એના માટે ઉચ્ચ શિક્ષિત કે સજ્જન હોવું જરૂરી નથી. બસ, એમની ન્યાતજાત સંસારની સર્વોત્તમ. તમે એના ધર્મ કે જ્ઞાતિનાં વખાણ કરો એટલે... 'માંગ, માંગ, માંગે તે આપું...!'

મને આટલી ખબર એટલે 'આપણો માલ તો ઊપડવાનો', એ ખાતરી હતી. આજ સુધી એકે ભારતીય પેદા થયો નથી જે પોતાના કરતાં બીજા કોઈની જ્ઞાતિ અથવા ધર્મને વિશેષ સન્માન આપતો હોય. આદર ઘણાનો કરતો હશે પણ પોતાની જાતિને બાદ કર્યા પછી જે વધતું હોય એ! ધૅટ્સ ફાઇન... કોઈ મને એટલો જવાબ આપે કે, સામાજિક માપદંડોથી જેને તમે સૌથી નિમ્નજ્ઞાતિ ગણો છો, એ પોતે એની જ્ઞાતિ કરતાં તમારી જ્ઞાતિ કે ધર્મને સહેજ પણ 'ઊંચો' ગણે છે?

કરુણા એટલી છે કે, ધર્મ કે જાતપાતને બદલે આપણા ભારત દેશને સર્વોચ્ચ સ્થાને બેસાડનાર એક ભારતીય મળતો નથી. જે દેશનું ખાઈએ છીએ, એને પહેલાં વફાદાર રહેવાનું હોય કે, જન્મ આપનાર દેશને? જે ધર્મમાં પેટાધર્મો કે પેટાજ્ઞાતિઓ તો તમનેય એમની જાતથી બે ઇંચ નીચા ગણે છે, એની ગુલબાંગો પોકારવાની? અને એ સિદ્ધ પણ થઈ ગયું કે, તમારી જાતમાં તમે ઉત્તમોત્તમ સ્થાને છો, તો પૂરા ભારત દેશની એક પણ જ્ઞાતિ એ સ્વીકારતી કેમ નથી?

એના બદલે, એક વાત તો તમને ગર્વ અપાવે એવી છે કે, વિશ્વના એક સંસ્કારી દેશના તમે નાગરિક છો! તમે જાપાન, ન્યુઝીલૅન્ડ કે સઉદી અરેબિયા જાઓ તો ત્યાંનું કોઈ, "અહો... તમે ભારતની શ્રેષ્ઠ બ્રાહ્મણ જ્ઞાતિના છો? ઓહ ફાઇન, પણ બ્રાહ્મણમાં કયા બ્રાહ્મણ?" એમાં જે બ્રાહ્મણ તમે હો, એનાથી એ દેશના નાગરિકો તમને ઊંટગાડી ઉપર બેસાડીને ગૌરવ-સરઘસ કાઢવાના છે કે, 'આપણા જર્મનીનું કેવું નસીબ કે ઇન્ડિયાની સૌથી ઊંચી જાતનો બ્રાહ્મણ આપણા દેશનો મહેમાન બન્યો છે... વાહ... વાહ...!"

જોકે ત્યાં તો તમારો કોઈ ભાવેય પૂછતું નથી ને સામે ચાલીને કહેવા જાઓ કે, 'ઇન્ડિયામાં અમે બેસ્ટ, હોં !' તો એ લોકો કોઈ જાપાનીઝ કે વેસ્ટ ઇન્ડિયન બ્રાહ્મણ ગોતવા જવાના છે ?... 'ઓ ભ'ઈ... અમારા બેસ્ટ આ...!'

આ દંભ કે ગેરસમજ સદીઓથી ચાલી આવે છે અને સદીઓ સુધી ચાલુ રહેવાની...

એ ચાલુ ન રહે અને કમ-સે-કમ આપણો ગુજરાતી વાચક પોતાની જાતને બદલે રાષ્ટ્ર માટે ગર્વ અનુભવે, એ માટેનો એક નમ્ર પ્રયાસ આ મારું 'ઓળખ પરેડ' છે.

આમ તો કવિ-લેખકનો પુત્ર એ જ માર્ગે જાય, એવું બહુ જોવા મળતું નથી અને જેટલું મળ્યું છે, એમાંનું કેટલું સફળ છે, એ નાનકડી ચર્ચાનો વિષય બને છે. મારો પુત્ર 'સમ્રાટ' સાહિત્યકાર તો નથી થયો પણ સાહિત્યસભાઓ, કવિ સંમેલનો, મુશાયરાથી માંડીને ફિલ્મી ગીતોના સ્ટેજ પ્રોગ્રામોનો લોકલાડીલો સંચાલક છે. હાસ્ય એને કુદરતી અવસ્થામાં મળ્યું હોવાથી એ સાહજિક છે. એને હું લખવાનું કહું તો કહેશે, 'પપ્પા, હું કાંઈ નહિ લખીને સાહિત્યની સેવા કરી રહ્યો છું.'

હાલમાં સમ્રાટ અમદાવાદના વૈષ્ણોદેવી સર્કલ પાસેના વિશ્વવિખ્યાત રીસૉર્ટ 'વ્હિસલિંગ મૅડોઝ'નો 'ક્રિએટિવ ડાયરેક્ટર છે. આ પુસ્તકના અનેક ક્રિએટિવ (સર્જનાત્મક અને સંશોધનાત્મક) અનેક સૂચનો સમ્રાટે કર્યાં છે.

આશા તો રાખી છે, પુસ્તક વાંચ્યા પછી તમે કાંઈ 'રીઍક્ટ' કરો...ન કરો તો, તમે કશું નવું કરવાના નથી, એનો ખ્યાલ છે. જો કે, વિરાટ કોહલી સેન્ચુરી મારે કે અમિતાભ બચ્ચનની જે ફિલ્મ તમને સૌથી વધુ ગમી, એને માટેનો એકેય પત્ર તમે એને લખ્યો છે ? એ બધું તો એ લોકો ફોડી લે...! મેં ય કદી નથી લખ્યો !

આ પુસ્તકનો આવકાર લખી આપવા બદલ રાજકોટની વિખ્યાત હોટલ 'ચોકીધાની'ના સર્જક શ્રી ભૂપેન્દ્ર ખખ્ખરનો આભારી છું.

૧૪ નવેમ્બર, ૨૦૧૮ — અશોક દવે

ashokdave_52@yahoo.com

# આ પુસ્તક કેમ લખવું પડ્યું ?

સાચું કહું તો હાસ્યલેખક થયે મને ૨૪ વર્ષ થયાં અને રજતજયંતીનું વર્ષ થયું આ ૧૯મી નવેમ્બર, ૧૯૯૩ના રોજ... પણ 'ગુજરાત સમાચાર'ની 'બુધવારની બપોરે'ની મારી કૉલમમાં જેટલું માન-સન્માન વિવિધ જ્ઞાતિઓ-જાતિઓની એ શ્રેણીને મળ્યું, એટલું અગાઉ નથી મળ્યું. આ શ્રેણીને કારણે મને માતબર સંખ્યામાં નવા વાચકો મળ્યા.. અને છાપાની કૉલમ લખનારા જાણે છે કે, મહિને એક નવો અને નિયમિત વાચક બંધાતો હોય તો એય ઘણું કહેવાય ! એ દૃષ્ટિએ મને વધુ વંચાતો લેખક બનાવવામાં આ પુસ્તકના લેખોએ મોટું કામ કર્યું.

કબૂલ કરી લઉં તો આ પુસ્તક લખવાની પ્રેરણા અથવા તો વધુ યથાર્થ શબ્દમાં 'ઝનૂન' નાગરોને કારણે મળ્યું. નાગરો ગજબની ચીજ છે. મને આ જ્ઞાતિ માટે આદર છે. એમની પાસેથી શીખવા જેવું ઘણું શીખીને બેઠો છું... એમાંનું મહત્ત્વનું એ શીખ્યો છું કે એમની પાસે 'ન' શીખવા જેવુંય ઘણું છે. પણ મોટા ભાગની પ્રજાની મુશ્કેલી એ હતી કે, પ્રજા નાગરોના આ 'ન' શીખવાવાળા મુદ્દાઓને જ 'હુમલા-કેન્દ્રો' બનાવતી હતી, જેમાં નાગરોનો જલદી ઝડપાય એવો મુદ્દો એમનો દંભ ! હિંદુઓમાં પોતે જ સર્વશ્રેષ્ઠ, એવો આયાસવાળો અને આયાસ વિનાનો પ્રચાર ! '...અમારા નાગરોમાં તો આમ ને નાગરોમાં તેમ...!' એવી પૂર્તિ ઈવન આજે પણ લગભગ દરેક નાગર પોતાની વાતચીતમાં કરતો હોય છે. સ્વાભાવિક છે કે, આ બહુ 'ઈરિટેટિંગ' – ચીડવી મૂકે એવું લાગે છે. 'હું ગુજરાતનો સર્વશ્રેષ્ઠ હાસ્યલેખક છું'

– એવું હું કહ્યે રાખું એના જવાબમાં તો ગુજરાતનો સર્વશ્રેષ્ઠ બેવકૂફ પણ કહેવાનો છે કે, 'તમે સર્વશ્રેષ્ઠ છો કે નહીં, એ અમને નક્કી કરવા દો... બધામાં 'જાત-મહેનત ઝિંદાબાદ' ન હોય !'

આ એક તકલીફે નાગરોને 'સર્વશ્રેષ્ઠ' બનતા રોકી લીધા અને 'આખરે એ લોકોય માણસો છે', એવું બોલતા બધાને કરી દીધા.. 'બોલે એ તો... બોલવામાં થઈ ગયા કાંઈ?'

મને આ મુદ્દા પર પ્રજાની સાથે રહેવાનું ગમ્યું પણ, હું તો એ પણ જાણતો હતો કે નાગરોમાં અન્ય કરતાં ઘણી બધી નોંધપાત્ર અને પ્રશંસનીય બાબતો વધારે છે એ કોઈ કેમ સ્વીકારતું નથી ? કદરદાની, રીતભાત, સાંસ્કૃતિક કૌશલ્ય, પુરુષ-સ્ત્રીમાં સરખે ભાગે દેહ-લાલિત્ય કે આગતા-સ્વાગતા જેવાં અનેક પીંછાંઓ નાગરી-મુગટમાં શોભી રહ્યાં છે, જેને કારણે નાગરો વિશેષ ધ્યાનાકર્ષણના હકદાર છે. બીજાઓએ પણ નાગંરો જેવો દંભ રાખવાને બદલે એમની પાસેથી એમની આ સારી બાબતો શીખવા જેવી છે... ભગવાન દત્તાત્રેયે ૨૪ ગુરુ બનાવ્યા હતા...!

પણ મનુષ્ય-સ્વભાવ છે ને ? બીજાઓનું નબળું જોવા મળે તો સબળા માટે પરિશ્રમ નહીં કરવાનો ! જ્ઞાતિના પ્રશ્ને પ્રત્યેક ગુજરાતી સાવ બાળક જેવો અથવા તો... સાવ નાગર જેવો થઈ જાય છે – બસ, મારી જ જ્ઞાતિ સર્વશ્રેષ્ઠ... બાકીની બધી ?... સમજ્યા મારા ભ'ઈ...!

એટલે એક વાર ચૂંથવાનું શરૂ કર્યું અને પ્રયત્નપૂર્વક વિવિધ જ્ઞાતિઓ વિશે માહિતી મેળવવા માંડ્યો ત્યારે ખબર પડી કે, માત્ર નાગરો જ નહીં, દરેકેદરેક જ્ઞાતિવાળા પોતાને જ હિંદુઓમાં સર્વશ્રેષ્ઠ કહેવડાવે છે. બાલિશતાનીય હદ હોય ને કંઈ? પોતાના સંસ્કાર કે સંસ્કૃતિથી નહીં, જ્ઞાતિના લેબલથી સર્વશ્રેષ્ઠ ગણાવું છે અને એય આપણને શિરોમાન્ય. પણ એકેય અપવાદને બાદ કરતાં, તમામ જ્ઞાતિઓ બીજી જ્ઞાતિઓને ઉતારી પાડી પોતાનીને ઊંચી બતાવે ત્યારે સમજ પડી ગઈ 'હર શાખ પે ઉલ્લૂ બૈઠે હૈં, અંજામ-એ-ગુલિસ્તાં ક્યા હોગા ?' ભારત દેશનું શું થશે ?

યસ! કોઈ પણ જ્ઞાતિનો કહેવાતો નાનો માણસ આવું બાળકપણું બતાવતો હોય તો નો પ્રૉબ્લેમ! પણ ડૉક્ટર, સી.એ. કે કોઈ કૉર્પોરેશનના ચૅરમૅનપદે પહોંચેલો માણસ પણ સાવ બાળક જેવી વાતો કરે ત્યારે એની આવી સંકુચિતતા ઉપર દયા આવી જાય અને આવા એક પુસ્તકનું નિર્માણ થઈ જાય!!

આ પુસ્તક લખવામાં ઘણી મહેનત પડી છે. ઘણું 'ફિલ્ડ-વર્ક' કર્યું છે. સામાન્ય રીતે હાસ્યલેખક મોટે ભાગે ટેબલ-ખુરશી પર બેસીને આખો લેખ 'પતાવી' દેતો હોય છે. હાસ્યલેખનમાં કલ્પના, અર્થઘટન, અનર્થઘટન, હાસ્યની કુદરતી સ્ફુરણા, સાહિત્યિક મૂલ્યોની જાળવણી તેમજ પોતાનો માલ વેચાશે જ, એ ધારણાએ વિષય-પસંદગીનો જુગાર... જેવાં તત્ત્વો ભેગાં મળીને એક હાસ્યલેખ કે વાર્તા સર્જે છે... પરંતુ એ બધું એક જ ટેબલ પર પતતું કામકાજ છે. ભિખારી પરનો હાસ્યલેખ વાસ્તવિક બનાવવા લેખક પોતે હાથમાં વાડકો લઈને નીકળી પડતો નથી. કૉલમ લખનારાને એવું પોસાય પણ નહીં. અલબત્ત, અપવાદરૂપે મેં આજ સુધી કેટલાક લેખો લખતાં પહેલાં આવા 'ફિલ્ડ-વર્ક' પણ કર્યાં છે, જેમાં આખો દિવસ અને મોડી રાત સુધી માત્ર ભિખારીઓની પાછળ રહ્યો છું, રિક્ષા સતત બે દિવસ ભાડેથી ચલાવી છે, આખી રાત બસ સ્ટેશનના બાંકડે વિતાવી છે, 'બૂટ હૈ કિ ફાટતા નહીં' નામનો લેખ લખવા માટે રેલવે સ્ટેશન (અમદાવાદ)ના બૂટ-પૉલિશવાળાને વિનંતીથી આઘો ખસેડી એનો ધંધો એક દિવસ માટે મેં સંભાળી લીધો હતો, તેમજ 'અંધ હોવું શું છે' – તે જાણવા ઘરમાં સતત ચાર કલાક આંખે પાટા બાંધીને રહેવાનો પ્રયોગ અજમાવી જોયો હતો પણ કબૂલ કે દસમી મિનિટે જ વેદનાથી રડી પડીને પાટા છોડી દીધા હતા... ત્યારે જીવનનું એક સત્ય સામે આવ્યું કે, પોતાને દુ:ખી, બહુ દુ:ખી... બહુઉઉઉ જ દુ:ખી માનનારાઓને તો અહેસાસ પણ નથી કે, અંધત્વ જેવું દુ:ખ તમને છે?...' બીજાઓ ઉપર દષ્ટિ ફેંકો તો ખબર પડે કે, એમની સામે આપણું દુ:ખ તો કંઈ નથી!

પણ... આ પુસ્તકના તમામ લેખો માટે આવું જ ફિલ્ડ-વર્ક કર્યું છે. જે જ્ઞાતિ વિશે લખવાનું હોય તે વિશેનું સાહિત્ય મેળવવાનું,

એ જ્ઞાતિના અને એ જ્ઞાતિ વિશે અન્ય શું માને છે, તેવા સંખ્યાબંધ ઈન્ટરવ્યૂઝ લેવાના, મળેલી માહિતીની અધિકૃતતાની ખાતરી કરવાની તેમજ મારા અંગત ગ્રહો કે પૂર્વગ્રહો નડવા નહીં દેવાના ! શ્રેણી છપાતી હતી તે દરમિયાન પ્રશંસા તો અભૂતપૂર્વ મળી, પણ ધમકીઓય અવિરત ચાલુ રહી... કઈ કઈ જ્ઞાતિવાળાઓએ ધમકી આપી હતી?... 'કહાં તક નામ ગિનવાયેં, સભીને હમકો લૂટા હૈ !'

હા... એક વાત તો સીધી છે ને? ધમકીઓથી ડરે એ માણસ બહુ બહુ તો ભારતનો વડાપ્રધાન બની શકે... હાસ્યલેખક નહીં !

વાચકોએ એક વાત નોંધી લેવા જેવી છે. આ પુસ્તકની લેખમાળામાં કોઈ પણ જ્ઞાતિનો ઈતિહાસ રજૂ કરવાનો પ્રયત્ન છે જ નહીં ! જાણતો હતો કે ઈતિહાસનો સંદર્ભ લેવા જતાં બધું 'હીરોઈઝમ' જ આવવાનું છે, કારણ કે દરેક જ્ઞાતિનો ઈતિહાસ એ જ્ઞાતિવાળો જ લખવાનો-બતાવવાનો છે. એની અધિકૃતતાનીય ખાતરી તો નહીં જ ! વળી, આ પુસ્તકનો હેતુ જુદો છે. ભારત જે પરિસ્થિતિમાંથી પસાર થઈ રહ્યું છે એ જોતાં બહુ જ ઝનૂની એકતા સ્થાપવાની જરૂર છે. આક્રમણ થશે તો દુશ્મનો આપણને જ્ઞાતિ મુજબ ફટકારવાના નથી કે 'ચલો ભ'ઈ... લોહાણાઓ સર્વશ્રેષ્ઠ છે એટલે એમને એક ગોળીમાં પતાવો ને બ્રાહ્મણો ગરીબ છે તો એમને પૂરા ફૂંકી મારો !' એ વખતે કોઈ દુશ્મન ન્યાત-જાતના ભેદભાવ રાખવાનો નથી. મારા લમણે રિવૉલ્વર ધરીને દેશનો દુશ્મન ઊભો હશે તો શું હું એમ કહી શકવાનો છું કે, 'ભાઈ, આ તું શું કરી રહ્યો છે? હિંદુઓના ચારેય વર્ણોમાં સૌથી જૂનો ઈતિહાસ અમારો છે... પ્રભુ શ્રીરામની ય પહેલાં અમે થઈ ગયા !'

અહીં તો એકબીજા વિશેનાં નિરીક્ષણો લખીને – એકબીજાને ખોતરવાની પ્રવૃત્તિ ઉપર કટાક્ષ કર્યો છે, પોતાની સિવાયની જ્ઞાતિઓને સાવ 'કાઢી નાખતાં' પહેલાં એમાં સારુંય શું છે એ જોવા માટેની માહિતી એટલા માટે આપી છે કે, માન્યતાઓ અને આક્ષેપોમાં પણ સમતુલન આવે તો એકતાની દિશામાં કંઈક તો થઈ શકે.

બીજું, દરેક જ્ઞાતિઓમાં પાકી ગયેલા મહાપુરુષોનાં નામો લખવાની લાલચ પણ જતી કરી છે, કારણ કે, મારી પાસે તો દરેક જ્ઞાતિમાં થઈ ગયેલા 'મહાબદમાશો'ની યાદીય તૈયાર હતી. લખવી તો બંને યાદીઓ લખવી ને ? તદ્ઉપરાંત, અમુક વિગતો જાણી જોઈને નથી આપી, વિવાદથી બચવા નહીં પણ અધિકૃતતાની ખાતરી ન મળવાથી ! જેમ કે, 'તમો એક મહત્ત્વની વાત તો લખવાની ભૂલી જ ગયા ! અમારા નાગરોમાં 'કલમ, કડછો અને બરછી'નું બહુ મહત્ત્વ ! આ ત્રણેય બાબતોમાં પાછા અમે ઘણા ઊંચા !' મને આશ્ચર્ય થતું આવું સાંભળીને !

મેં અભ્યાસ કર્યા વિના આ લેખમાળા લખી હોત તો આ 'કડછી-બરછી'વાળુંય આવી જાત...! પણ મારી જેમ સ્વયં નાગરો પણ જાણે છે કે, આ વિધાનમાં શબ્દોનો પ્રાસ બેસાડવાથી વિશેષ કાંઈ નથી. કલમને સથવારે નાગરો કોઈ નોંધપાત્ર સંખ્યામાં નથી આવ્યા. એટલા સાહિત્યકારો તો બધી જ્ઞાતિઓએ આપ્યા છે. બરછી એટલે કે શૂરવીરતામાં નાગરોનું પ્રદાન ગણવા જઈએ તો હસી પડાય. યુદ્ધભૂમિથી માંડીને સોસાયટીમાં થતી મારામારીઓમાં નાગર બરછી પકડે એ વાત કહેવા માટે સારી લાગે, માનવા માટે નહીં ! રહી વાત કડછીની ! નાગર પુરુષો રસોઈકળામાંય પ્રવીણ હોય છે એ વાત કટાક્ષમાં કહેવાય છે, નિવેદનમાં નહીં !

એવો જ મુદ્દો પટેલોની ઘાતકી દહેજપ્રથા અંગેનો હતો. પટેલો માટે અત્યંત શરમજનક બાબત છે આ ! દુઃખ તો એ વાતનું છે કે, કરોડપતિની કક્ષા પાર કરી ગયેલા પટેલો હોય કે ઉચ્ચતમ શિક્ષણ પ્રાપ્ત કરનારા પટેલો પણ દહેજનો બચાવ તદ્દન હાસ્યાસ્પદ શબ્દોમાં કરે છે, 'અમે માંગીએ નહીં... જે આપે તે લઈ લઈએ !' આવી વાતો ઉપર તો કટાક્ષેય શું કામ કરવો ? કટાક્ષ સસ્તો છે કાંઈ ?

'તમે તો યાર પોતે જ બ્રાહ્મણ છો, તોય બ્રાહ્મણોની કાપો છો ?' આવું કેટલાક મિત્રોએ કહ્યું. નાદાન કહેવાય ! હું માણસ છું એટલે માણસોની ન કપાય, એવું છે કાંઈ ? સાચું પૂછો તો ફક્ત 'બેલેન્સ' કરવા ખાતર થોડાં વખાણ કરવાં અને થોડા ફટકારવા, એવો

અભિગમ કોઈ જ્ઞાતિ માટે રાખ્યો ન હતો. એટલું કબૂલ કે, પ્રાપ્ત માહિતીની સાથે લેખકનાં પોતાનાં અર્થઘટનોય કામે લાગ્યાં હશે!

પણ આવું કહીએ એટલે કેટલાક વાચકો બે-ચાર અપવાદો કહી સંભળાવે, 'કેમ? અમારી જ્ઞાતિમાં ફલાણાં-ઢીકણાં ન થઈ ગયાં?' અપવાદોની વાત તો મને કે તમને સ્વીકાર્ય જ ક્યાં છે?

એની વે, પુસ્તક તૈયાર થઈ ગયું. પ્રતિભાવ શું આવે છે, તે જોવાનું રહ્યું. હા, એક પ્રતિભાવ તો પહેલાંય આવ્યો હતો અને હજીય આવશે, 'અમારી જ્ઞાતિ વિશે કેમ ન લખ્યું?'

નથી લખ્યું એનો મતલબ એવો નથી કે, કોઈ ચોક્કસ જ્ઞાતિ માટે મને પૂર્વગ્રહ હશે કે પૂરતી માહિતી નહીં મળી હોય કે પછી હિંમત ન ચાલી.. પણ કોઈ એક આંકડે તો અટકવાનું જ હતું ને? આપણે આટલેથી અટકી ગયા!

આ પુસ્તક અર્પણ કર્યું છે મારા જિગરના ટુકડા સમાન દોસ્ત મહેન્દ્ર પટેલને. અમદાવાદ રેલવે સ્ટેશનની સામે 'બેલૂર' રેસ્ટરાંનો આ માલિક પટેલ ભાયડો છે એ જ 'ક્વોલિફિકેશન' પર મારી ૫૦ ટકા મિત્રતા તો નક્કી થઈ જ જાય (હા, અંગત રીતે મારી દૃષ્ટિએ પટેલો શ્રેષ્ઠ મિત્રો છે.), પણ મહેન્દ્ર પટેલ તો આ પુસ્તકમાંની લગભગ તમામ જ્ઞાતિઓના સારા સારા ગુણો પોતાનામાં સમાવી બેઠો છે, અમારા બીજા મિત્ર ડૉ. અશ્વિન હીરાલાલ પટેલની જેમ! વડોદરાના દેવેન્દ્ર બારોટ અને સુરતના આર્કિટેક્ટ અજિતસિંહ સાથે અમારા પાંચનું એક અદ્‌ભુત વર્તુળ છે. મારાં ચાર પુસ્તકો આ ચારેય દોસ્તોને જ અર્પણ કર્યાં છે... થૅન્ક ગૉડ, પુસ્તકોની સંખ્યા વધતી જશે તોપણ મિત્રોની આટલી સંખ્યામાં અમે ચલાવી લઈશું.

અંતમાં, મારાં આદરણીય માતા-પિતાને ચરણે આ પુસ્તક ધરી વિરમું છું.

**અશોક દવે**

તા. ૩૧ ઑક્ટોબર, ૧૯૯૩

૮૧, અખબાર નગર,
નવા વાડજ,
અમદાવાદ-૩૮૦૦૧૩

# ઋણસ્વીકાર


- પૂજ્ય પિતા સ્વ. શ્રી ચંદુભાઈ અને માતા – જસુમતિબહેન – પત્ની હકી.
- મારો પુત્ર સમ્રાટ, એનાં પત્ની શીતલ, બાળકો ગઝલ અને અભિનય
- મારી પુત્રી ઉત્સવી, એના ઍડ્વોકેટ પતિ અમિત દવે, પુત્રી રિહ્યા અને એમનો પુત્ર આહિલ
- શ્રી નિર્મમ શાહ – (ગુજરાત સમાચાર)
- શ્રી રજનીકુમાર પંડ્યા
- ડૉ. શરદ ઠાકર
- શ્રી દેવેન્દ્ર બારોટ (વડોદરા)
- શ્રી સુધીર શેઠ – શ્રીમતી સ્મિતા શેઠ ('યસ મૅડમ' – સ્વસ્તિક ચાર રસ્તા)
- શ્રી અજિતસિંહ (સુરત)
- શ્રી મહેન્દ્ર પટેલ
- ડૉ. અશ્વિન હી. પટેલ (આઇ-સ્પેશિયાલિસ્ટ)(હાલમાં કનેક્ટિકટ USA)
- શ્રી એચ. એન. અરોરા (રિલાયન્સ ઇન્ડસ્ટ્રીઝ લિ.)

# અશોક દવેએ ગુજરાતી હાસ્ય-સાહિત્યનો પ્રવાહ પલટ્યો છે

'આ માણસ મરવો જ જોઈએ, ગાંડું સાહસ કરી રહ્યો છે.' – એવો વિચાર મને દર બુધવારે મનોમન આવતો હતો; જ્યારે શ્રી અશોક દવેની જ્ઞાતિવિષયક લેખમાળા ગુજરાત સમાચારમાં પ્રગટ થતી હતી એ દિવસોમાં ! એમાંય સરદારજીઓ વિશે લખતાં પહેલાં તો એમણે પણ પોતાના વિશે મૃત્યુનોંધ તૈયાર કરી લીધી હતી. મને થયું કે 'માણસ બિચારો આમ તો કાઢી નાખવા જેવો ન હતો, યુવાન હતો, પણ આ નાત-જાતનું લખવાના ચાળે ચડી ગયો તેમાં...!' ગુરુવારનાં છાપાંની મૃત્યુનોંધ વાંચી લીધા પછી તેમને ફોન કરીને, લેખનાં વખાણ કરવાના બહાને, તેમના હોવાપણાની ખાતરી કરી લઉં ! પણ બીજા બુધવારે આ રામ એના એ !

કોઈની નાત-જાત કે ધર્મ વિશે ઘસાતું લખવું એટલે શું એ જો જાણવું હોય તો પૂછી આવો સલમાન રશદીને ! (જો એ હાથમાં આવે તો !) પણ મારો ઈરાદો આપણા આ ગુજરાતી રશદીને સલાહ આપવાનો જરાય ન મળે. કારણ કે આ આખીયે શ્રેણી ચાલતી હતી તે દરમિયાન સલાહ આપનારા કંઈ ઓછા ન હતા. એમાંથી ઘણાને તો પાછી જૈન અને હિંદુ વચ્ચેના તફાવતની પણ ખબર ન હતી. પણ એમને એમ કે અશોક દવે એમના છાપામાં લખે છે એટલે જાણે એમના ઘરના દીવાનખંડમાં જ આવીને લખે છે – એટલો તો એમનો લેખક પર હક્કદાવો. એટલે એમને સલાહ આપનારાઓમાં હું એકનો વધારો

કરવા નહોતો માંગતો. પણ મનમાં આતુરતા ખરી કે આનું શું થાય છે એ તો જોઈએ ! આ લાગણીમાં પણ ખાલી સાક્ષીભાવ જ, બીજો કોઈ અંગત સ્વાર્થ ન મળે ! પણ ન તો કોઈએ એમના માથા માટે ઈનામ બહાર પાડ્યું કે ન કોઈએ એમનાં હાડકાં ભાંગ્યાં. બાપુ જેવા બાપુઓ પણ કંઈ ન સમજે તો સરદારો તો બહારના માણસો કહેવાય, એમને શી પડી છે કે પંજાબ ઉપરાંત ગુજરાતમાંય પાછો લઘુઉદ્યોગ શરૂ કરે ?

પણ જો મજાક છોડીને સાચી વાત પર આવું તો આજનો ગુજરાતી વાચક બરોબર સમજે છે કે મીઠાઈ કદાચ ન ભાવે તો ન ખાવી, પણ એમાં કંદોઈ સાથે કંઈ વેર ન બંધાય !

આની પહેલાં શ્રી ચંદ્રકાંત બક્ષીએ 'મહાજાતિ ગુજરાતી' એ શીર્ષક હેઠળ 'ચિત્રલેખા'માં એમની ધારધાર કલમે એક શ્રેણી ચલાવેલી; એ સફળ પણ રહી હતી. પણ એ એક ઈતિહાસજ્ઞની નજરે લખાયેલી શ્રેણી હતી, એનું દસ્તાવેજી મૂલ્ય પણ ઘણું મોટું ગણાય. કોઈ નાની વિગત કે મોટો માણસ એમાંથી બાકાત ન રહી જાય એની પૂરી ચીવટ શ્રી બક્ષીએ એમાં રાખેલી હતી. અને એટલે જ ઘણાંના મનમાં હતું કે આ વખતે અશોક દવે ખોટી જગ્યાએ ભેરવાઈ પડ્યા છે, માથું ફોડીને લોહી કાઢશે તોય લોકો ધ્યાનમાં નહીં લે ! બધાં શાંત થઈને તાલ જોઈ રહ્યાં હતાં કે ક્યારે નાટકનો પડદો ઊઘડે, ક્યારે નટ ગોસમોટાળો કરે અને ક્યારે ટામેટાં અને ઈંડાંનો વરસાદ કરીએ ? પણ તેમને ખબર ન હતી કે આ તોફાન પૂર્વેની શાંતિ હતી. એક વાર શ્રેણી લખવાની શરૂ થઈ, આગળ ધપતી ગઈ એમ લોકોના હાથમાંથી ટામેટાં-ઈંડાં સરી પડ્યાં અને એ જ હાથો તાળીઓનો ગડગડાટ કરવા લાગ્યા. અશોક દવે આમાં સફળ નહીં જાય એમ કહેનારાં પાગલ થઈ ગયા, તેને ક્યાં રાખવા ને ક્યાં નહીં એમ લોકોને થઈ પડ્યું. જેને તેને મોંએ એમની રમૂજો ગુંજતી હતી. હા, સફળતા જેવું સફળ બીજું કશું જ નથી હોતું !

આ બધા લેખો હવે પુસ્તકાકારે પ્રગટ થઈ રહ્યા છે ત્યારે એકબે

ચોખવટ કરી લેવી સારી. એક તો એ વાતની કે આ કોઈ ઇતિહાસ નથી, એટલે સંપૂર્ણ દસ્તાવેજ પણ નથી. કઈ નાત કે કોમ ક્યાં જન્મી, ક્યાં વિકસી, એનાં આગળ પડતાં પુરુષો કે સ્ત્રીઓ કોણ એ બધી વિગતો શોધવા કોઈ પ્રયાસ ન કરે ! બીજી એ વાત કે આમાં ગુજરાતની બધી જ નાત-જાતનો સમાવેશ નથી કર્યો. મિષ્ટાન્નની વાત નીકળે તો લાડુ કેમ રહી ગયા એવો પ્રશ્ન પણ અહીં અસ્થાને છે, મુખ્ય મુખ્ય જ્ઞાતિઓનાં લાક્ષણિક પાસાંઓ રમૂજી ઢબે ઉપસાવીને એમનામાં એકતા સાધવાનો પ્રયાસ છે. બીજી જ્ઞાતિઓનાં આવાં જ પાસાંઓને આપણે હળવી નજરે નિહાળી શકીએ તો લેખકનો આ પ્રયાસ સફળ થયો ગણાશે. બાકી તો લેખકે હજી માટી ભીની રાખી છે, ભવિષ્યમાં બીજાંકુરો ફૂટે તો એની ના નથી. આપણામાંથી કોક જાગે તો એના માટે પણ જમીન ખુલ્લી રાખી છે. અહીં તો 'ગા' વાળે ઈ ગોવાળ.'

આ લેખમાળા એ માત્ર હાસ્ય ખાતર હાસ્ય નથી, પણ આપણા દંભ સામે આંગળી ચીંધવાનો પ્રયાસ પણ છે. જો આપણી તમામ જ્ઞાતિઓને એક જ ટ્રેનમાં બેસાડવામાં આવે તો કોઈ પણ જ્ઞાતિ સેકન્ડ ક્લાસના ડબ્બામાં બેસવા તૈયાર નથી. બધી જ જ્ઞાતિઓ કક્કાના 'ક'થી શરૂ થવા માગે છે, કોઈને 'ખ' ખપતો નથી. તેમના દરેક ઇષ્ટદેવ સ્વર્ગના પ્રધાનમંડળમાં વડાપ્રધાનપદે જ છે નાયબ વડાપ્રધાનપદે કોઈ નહીં ! આપણા લેખકને આ દંભ જરા પણ પસંદ નથી. એમણે પોતે બ્રાહ્મણ હોવા છતાં બ્રાહ્મણોને પણ છોડ્યા નથી. ઓળખીતો સિપાઈ બે ડંડા વધુ મારે ! જોકે, આમ તો એ બધી જ જ્ઞાતિઓ માટે ઓળખીતો સિપાઈ સાબિત થયા છે. એમણે પોતાની એક આંખ હસતી રાખી છે તો બીજી આંખમાં લાલ ટશર પણ પેદા કરી છે. આપણાં ચિત્રો દોરવા માટે એમણે જે બ્રશનો ઉપયોગ કર્યો છે, તેમાં મુલાયમ પીંછાંઓની વચ્ચે એક કાળા રંગમાં બોળેલો કાંટો પણ સમાયેલો છે અને એટલે જ આપણા ચહેરા માત્ર રૂપાળા-ગુલાબી રંગના જ નથી બની રહેતા. એમાં નજર ન લાગે તે માટે કરેલું કાળું ટપકું હોય તેની સુંદરતા વિશે કહેનાર હું કોણ ? પૂછો દુનિયા આખીના કવિઓને !

દરેકેદરેક કોમ વિશે જે શ્રેષ્ઠ રમૂજો એમણે કરી છે એ તો વાચકો પોતે જ વાંચે તો સારું ! પણ મને રસ છે એ વાતમાં કે બધામાં અશોક દવે ક્યાં સંતાયેલા છે? રમૂજોની બાબતમાં એ પારસી છે, શિષ્ટતામાં એ નાગર છે, હિંમતમાં એ 'બાપુ' છે, બીજા માટે ફના થવામાં એ સરદારજી છે, શબ્દકોશની બહાર એ અનાવિલ છે, ભક્તિમાં સ્વામિનારાયણ સંપ્રદાયના અનુયાયીઓ જેવા વ્યવહારુ છે, પગભર થવા માટે પરસેવો પાડવામાં એ પટેલ છે, છીપાઓમાં એ અશોકાદમ છે, સ્ત્રીઓ માટે એ બધી જ કોમોમાં રહેવા ઈચ્છે (અલબત્ત, આ મઝાક છે). ટૂંકમાં આ લેખક બધી જ જ્ઞાતિઓમાં રહેલા દેખાય છે. એ જેવા છે એવું ઘણુંબધું નિહાળે છે. બ્રાહ્મણ સહિતની બધી જ જ્ઞાતિઓ એને નાત બહાર મૂકવામાં સંમત છે, અને એ જ સમયે બાકીની તમામ જ્ઞાતિઓ એને પોતાનામાં સમાવી લેવા પણ ઉત્સુક છે. સૂક્ષ્મ કટાક્ષ અને ઉત્તમ હાસ્યના રંગીન કાગળમાં લપેટીને જે-તે જ્ઞાતિને ગાળો એણે પીરસી છે એ બધાંએ હોંશે હોંશે માણી છે; અમુક ચાબખા તો લોકોએ હસતા મુખે અને લાલચોળ આંખે વાંચ્યાં છે. કેટલાકે એમને ગાળો પણ દીધી છે. ગુજરાતી સાહિત્યની દુનિયામાં પોતાના વાચકો સાથે ગાળો લેવાનો અને દેવાનો, માર ખાવાનો અને સામે ફટકારવાનો, લોહીઝાણ થઈને પછી પ્રેમથી ભેટવાનો આવો સિલસિલો કદાચ બહુ ઓછા લેખકોએ નિભાવ્યો છે.

આ લેખક સ્વૈરવિહારી છે, એની કલ્પનાને કોઈ બંધન નડતાં જ નથી. એને ગાંધી બાપુ દરબાર હોવાનો વહેમ જાય છે તો ક્યારેક એ સિંધી હશે એવી શંકા પણ જાગે છે. નેપોલિયનને લેંઘો-શર્ટ પહેરાવીને એ યુદ્ધભૂમિમાં ઉતારે છે, તો સિંધીને સ્મશાનમાંય હસતો કલ્પે છે, સદ્દામ હુસેનને મોઢ વાણિયો થવાની સલાહ આપે છે તો બ્રાહ્મણોની તો લાશોનેય ઝઘડતી બતાવે છે. મ્યાનમાં તલવાર સાથે તાજું ફૂલ રાખવાની કલ્પના કરી શકે છે તો પીંછાથી કાન ખોતરવાનું પણ વિચારી શકે છે. મ્યાનમાં તલવાર, સાથે તાજું ફૂલ અને તે પણ પાછું અકબંધ રહેવું જોઈએ... વાહ ! આ માણસ નક્કી કવિ હોવો જોઈએ.

અશોક દવેએ ગુજરાતી હાસ્યસાહિત્યમાં નવો, સમાંતર શબ્દકોશ પ્રચલિત કર્યો છે. 'હળી કરવી', 'હળગાવવું', 'દૂરબીન ફીટ કરવું' એ બધાં એના લોકપ્રિય થયેલા પ્રયોગો છે. ગુજરાતી હાસ્યલેખકોના હાથે સૌથી વધુ સહન કરવું પડ્યું હોય તો તે શ્રીમતીએ, (શ્રીમતી એટલે તે નામના શબ્દે). અશોક દવેને લાગ્યું કે આ શબ્દરૂપી નોટ ચલણમાંથી રદ કરવી જોઈએ, એટલે એનો પર્યાય શોધી કાઢ્યો – 'આપણાવાળી !' ભાષાને શું વળગે ભૂર ? રણમાં જે જીતે તે શૂર' ગાવાવાળા વીર નર્મદનો આ વારસદાર છે. ભાષા એ વહેતી નદી છે, એ બંધિયાર થઈ જાય તો ગંધાઈ ઊઠે છે. જેમ ગાંધીજીની અહિંસા એ કાયરની અહિંસા નહોતી, એમ આ લેખકની ભાષા સાથેની છૂટછાટ એ કોઈ અજ્ઞાનીની કે અસમર્થની છૂટછાટ નથી. કોઈ કવિને પણ હીનભાવ થઈ આવે એવી ઉત્કૃષ્ટ ભાષાનો તે સ્વામી છે, સૂકીભઠ્ઠ નદીના પટમાં જળનો પ્રવાહ ખળખળતો કરી મૂકે તેવી લયબદ્ધ, શુદ્ધ, પરિશુદ્ધ ભાષાના માલિક હોવા છતાં અને આ વાતની સાબિતી એમના લેખોમાં વારંવાર, લગાતાર આપતા રહેવા છતાં, બીજી જ ક્ષણે 'પચ્ચીસ'ને બદલે 'પચ્ચી' લખી નાખવામાં આ બામણભાઈ બીજી વાર વિચાર કરતા નથી. અને એટલે જ વાચકોમાં એ પ્રિય છે; કારણ કે એ બરોબર જાણે છે કે બોલાતી ભાષા જ્યારે લખાય છે ત્યારે જ તે સૌથી વધુ લોકોમાં વંચાય છે.

અશોક દવેએ હાસ્યક્ષેત્રે ક્રાંતિકારી ફેરફારો કર્યા છે. પરંપરાગત રીતે ચાલી આવતી શૈલી જેમાં હાસ્યલેખનની માંડણી, એની ખિલાવટ; એનું સમાપન વગેરે અમુક નિશ્ચિત પ્રકારે જ થાય; પાછો આ હાસ્યરસનો ભાર વહેવા માટે ભાષા જુઓ તો ધીમી ગતિની પાંડિત્યભરી ! છેલ્લે થોડી ફિલસૂફીનો છંટકાવ કરો એટલે પત્યું – હાસ્યલેખ તૈયાર ! વરસો સુધી હાસ્ય આ ચોકઠામાં ગૂંગળાયા કર્યું છે. કાળક્રમે થોડા, ધીમા ફેરફારો થયા છે ખરા પણ એય તે કેવા ? કોઈ સ્ત્રી સાડીનો પાલવ જરા ઊંચો-નીચો કરે તેટલા જ ! જ્યારે અશોક દવે એ સાડી પહેરતી સ્ત્રીને કાં તો સ્કર્ટ પહેરતી કરી દે કાં તો બુરખો

પહેરતી કરી દે ! મૂળ શરત એટલી જ કે આ સમગ્ર પ્રક્રિયામાં (અલબત્ત ફેરફારની જ) હાસ્ય બરકરાર હોવું જોઈએ ! અને આ હાસ્યલેખક પાસે એટલો તો ખજાનો ભરેલો છે કે એને હાસ્યનો કુબેર જ ગણવો પડે !

એક સમય એવો પણ પ્રવર્તતો હતો કે જ્યારે ગુજરાતી વાચકોને અને કંઈક અંશે સાહિત્યકારોને પણ એમ લાગવા માંડેલું કે ગુજરાતી હાસ્ય હવે સ્થિર થઈ ગયું છે, સંતૃપ્ત થઈ ગયું છે. હમણાં થોડા સમય પહેલાં જ એક ગુજરાતી કવિએ મને કહ્યું હતું કે, 'ગુજરાતી કવિતા હવે જડ થઈ ગઈ છે, સ્થિર થઈ ગઈ છે, એના વહેવાની શક્તિ એ ગુમાવી બેઠી છે.' (આ કવિ અત્યારે આપણી ભાષાના સર્વોત્તમ કવિઓમાંના એક છે). કંઈક આ જ પ્રકારની સ્થિતિ હાસ્યક્ષેત્રે પ્રવર્તતી હતી. એમ લાગતું હતું કે હાસ્ય માટે, હવે કોઈ નવીન વિષય, નવીન પ્રકાર કે નવું ખેડાણ બચ્યાં નથી. જાદુગરની જેમ ત્રણ દડા વારાફરતી હવામાં ઉછાળીને અસંખ્ય દડાઓને ઉછાળવાનો ભાસ ખડો કરવાનો છે; અને ત્યારે આ લેખકે હસવા માટે હસાવવા માટે એટલા બધા વિષયો આપણને ખોળી આપ્યા કે આપણને એમ થાય કે હાસ્યક્ષેત્રે અર્વાચીન યુગનાં મંડાણ હજુ હવે જ થાય છે. ગાય હોય કે ગધેડો, દાંત હોય કે ટૂથબ્રશ, જ્ઞાતિઓ હોય કે ગાયકો, કવિઓ હોય કે ડૉક્ટરો, દવે હોય કે દાતણિયા – આ માણસ પાસે આપણને હસાવવા માટે પંચ્યાશી કરોડથીયે વધુ તો જીવંત વિષયો છે (ભવિષ્યમાં ભારતની વસતી વધે તો વિષયો પણ વધી શકે છે), નિર્જીવ વિષયોની તો વાત જ ન કરશો; આ લેખક નિર્જીવ શબ્દ ઉપર પણ હાસ્યલેખ ફટકારી શકે તેમ છે. 'રડવા' ઉપર લખાયેલો હાસ્યલેખ વાંચીને તો હું એટલું બધું હસેલો કે પછી આંખમાં આંસુય આવી ગયેલાં !

અશોક દવેની શૈલી એટલે ભાવોની અભિવ્યક્તિનો પ્રચંડ વિસ્ફોટ. એમના શબ્દો બ્રહ્માસ્ત્ર જેવા અમોઘ છે – એક વાર કલમના કામઠામાંથી બહાર પડે એટલે અચૂક નેમ સાધ્યા વગર એ પાછું ન ફરે ! એના સંવાદોમાં એક નાટ્યકાર છુપાયેલો છે, એના લેખોમાં

અનેક વાર, અનેક જગ્યાએ એક સરસ વાર્તાકાર ડોકિયાં કરતો દેખાય છે, એ શબ્દચિત્રોના સ્વામી બનવાનું સામર્થ્ય ધરાવે છે, એ ફિલસૂફ બની શકે તેમ છે. પરંતુ એની એક જ મર્યાદા છે : એ હાસ્યને છોડીને બીજું કંઈ જ બની શકે તેમ નથી. એના પુરોગામી અશોકે કરેલી ભૂલનું પુનરાવર્તન આ અશોક કરી શકે તેમ નથી. કલિંગના યુદ્ધમાં લાખોનાં ઢીમ ઢાળી દીધાં પછી માત્ર 'ચેઈન્જ' ખાતર આ માણસ ધંધો બદલી શકે તેમ નથી.

એમનું એક બહુ જ નોંધપાત્ર પાસું એ છે કે એ બહુ વાંચતા નથી, હાસ્યલેખનું તો ખાસ નહીં જ ! કહેવાનો મતલબ એ જ કે એમનું સર્જન મૌલિક હોવાની 'મની બૅક ગૅરંટી' ! એમણે માર્ક ટ્વેઇનને કદાચ નહીં વાંચ્યો હોય પણ જો એ અંગ્રેજીમાં લખતા હોત તો માર્ક ટ્વેઇને એમને જરૂર વાંચ્યા હોત ! વાત માત્ર કક્ષાની નહીં, થોડી ખુમારીની પણ છે !

ગુજરાતી હાસ્યસાહિત્યનો એમણે પ્રવાહ પલટ્યો છે, એ સારા માટે કે ખરાબ માટે એની તો ભવિષ્યમાં ખબર પડશે, પણ અત્યારે તો આપણને એક પ્રકારની તાઝગીનો અનુભવ જરૂર થાય છે. એમનાં સર્જેલાં પાત્રો જેન્તી જોખમ કે પરવીણ ચડ્ડી એટલાં બધાં લોકપ્રિય થઈ પડ્યાં છે કે જેમ મેઘાણીનાં રચેલાં અમુક ગીતોને આપણે લોકગીતો માનતાં થઈ ગયાં છીએ તેમ બહુ નજીકની ભાવિ પેઢી એવું પૂછતી થઈ જશે કે શું જેન્તી જોખમ એ અશોક દવેએ સરજેલું પાત્ર છે? એમને તો એમ જ થશે કે જગતમાં જે દિવસે પહેલો જેન્તી જન્મ્યો હશે તે દિવસથી જેન્તી જોખમ નામ પ્રચલિત થયું હશે !

કોઈ કલાકારે કે કોઈ લેખકે સરજેલું પાત્ર કે તેની કોઈ કૃતિ લોકોનાં મન પર છવાઈ જાય, પણ લોકો તેને ઓળખતાં પણ ન હોય એવું ક્યારેક બને છે. ઓ. પી. નૈય્યરની બાબતમાં એવું બનેલું. એની બનાવેલી સૌ પ્રથમ ગેરફિલ્મી તર્જ એક કૉફી હાઉસ પર વાગતી હતી અને લોકો ઝૂમતા હતા. ઓમપ્રકાશ નૈય્યર એક અજનબીની જેમ ત્યાં બેઠો હતો – રડી પડ્યો – એ તર્જનો રચયિતા એ પોતે હતો એની

કોઈને ખબર ન હતી. આ વાતની વેદના બહુ મોટી હોય છે. આવું જ નૌશાદની બાબતમાં થયેલું. એના પોતાના લગ્નની બારાતમાં એના જ સંગીતવાળી હીટ ફિલ્મનાં ગીતો બેન્ડવાજાંવાળા વગાડતા હતા, બધાં નાચતાં હતાં અને નૌશાદ ગભરાતા હતા; કારણ કે સાસરી પક્ષને જો ખબર પડી જાય કે જમાઈ ગાવા-બજાવવાના ધંધામાં પડ્યો છે તો જાન લીલા તોરણે પાછી ફરે તેમ હતી. હમણાં જ થોડા દિવસો પહેલાં એક એમ.એ. (સાહિત્યમાં) થયેલા, ખરેખરી સંમાર્જિત અભિરુચિ ધરાવતા એક સજ્જન જોડે અશોક દવેનો પરિચયવિધિ કરાવવામાં આવ્યો. પેલા ભાઈએ એમના નામ વિશે પણ અજ્ઞાન દર્શાવ્યું, ત્યારે અશોક દવેને કદાચ જિંદગીમાં પહેલી વાર ધંધો બદલવાનો વિચાર આવ્યો હોય તો ના નહીં. પણ થોડી જ વારમાં વાતો ફરતી ફરતી સાહિત્ય તરફ વળી, 'બુધવારની બપોરે'ની ચર્ચામાં. એની પ્રત્યેક રમૂજોમાં એ સજ્જને ઊછળી ઊછળીને ભાગ લીધો. પછી જ્યારે ખબર પડી કે આ અશોકભાઈ જ 'બુધવારની બપોરે' લખે છે ત્યારે એમનો ખરો પરિચયવિધિ થયો. અશોક દવેની બેય આંખોમાં એક એક નાનું આંસુનું ટીપું દેખાયું હતું, કદાચ એક આંખમાં પીડાનું અને બીજી આંખમાં સંતોષનું હશે ! કે પછી એ મારો ભ્રમ હશે ? મારો કાઠિયાવાડી જીવ મનોમન બોલી ઊઠેલો કે, 'ઈ — નામ જ સાચું છે ભા-આ-ઈ, બાકી બીજાં બધાં ઈનામ ખોટાં !'

'આ માણસ મરવો જોઈએ'થી શરૂ કરેલી પ્રસ્તાવનાનો અંત આ વાક્યથી કરું છું — 'આ માણસ જીવવો જોઈએ, આ માણસમાં રહેલો 'માણસ' જીવવો જોઈએ અને એનામાં રહેલું હાસ્યનું ઝરણું જીવતું રહેવું જોઈએ.'

બસ, આપણો સ્વાર્થ આ છેલ્લા વાક્ય પૂરતો જ છે, વધારે નહીં ! અને ઓછો તો નહીં જ નહીં !

અમદાવાદ.
(તા. ૨૮–૧૦-'૯૩)

**ડૉ. શરદ ઠાકર**
(ગાયનેકોલોજિસ્ટ)

# અશોક : ખાસિયતોનો માણસ

આ પ્રતિભા શી ચીજ છે? કોઈ પણ ડૉક્ટર-શરીરશાસ્ત્રી કે મનોવિજ્ઞાની કોઈ પણ વ્યક્તિના શારીરિક પરીક્ષણ કે ડિસેક્શન પરથી એ કદી ન કહી શકે એમાં કેટલી પ્રતિભા છે? (કે હતી) વય વિશે કહી શકાય, વંશ વિશે કહી શકાય પણ પ્રતિભા વિશે કંઈ જ ન કહી શકાય. હું તો સ્પષ્ટપણે માનું છું કે વ્યક્તિના જન્મ સાથે જ જે જન્મે એ પ્રતિભા. પછી એ એના જીવન દરમિયાન અનેક રીતે વ્યક્ત થયા કરે છે. કદાચ એટલે વ્યક્તિ શબ્દ અસ્તિત્વમાં આવ્યો હશે.

કલાકારની પ્રતિભા એની આગવી મુદ્રામાં વ્યક્ત થાય છે. લેખક પણ ચોક્કસ રીતે કલાકારની વ્યાખ્યામાં આવી જ જાય છે એટલે એની આગવી મુદ્રા ઊભી કરી શકે તો જ એને પ્રતિભાવાન જાણવો. અશોક દવે હાસ્યલેખક તરીકે પ્રમાણમાં મોડા બહાર આવ્યા પણ બહુ વહેલા પ્રસ્થાપિત થઈ ગયા. પ્રથમ હરોળમાં એમની ખુરશી પડી. સ્થિતિ આજે એ છે કે ચિત્રલેખા હોય કે 'ચંદન', કોઈને પણ અશોક દવેને એકાદ વાર અડક્યા વિના ચાલતું નથી. હરકિસન મહેતા તો એમના આશક છે જ પણ, ગુજરાતી વાચક તરીકે જે સાવ છેલ્લી બેચમાં આવે એમાં પણ અશોક દવેના ચાહકો અપરંપાર – આ બધા જ અશોક દવેની આગવી મુદ્રાથી આકર્ષાયા છે.

બીજા હાસ્યકારોનાં હાસ્યોની સરવાણી શોધવામાં મને જે રસ પડ્યો છે તેમ મને અશોક દવેનું હાસ્ય ક્યાંય આવે છે તે શોધવામાં પણ અનહદ રસ પડ્યો. મારાં તારણો હું ખુદ એમનો એક પ્રશંસક હોવાના નાતે છે : ડૉ. શરદ ઠાકર અને હું ઘણી વાર એની ચર્ચા પણ

કરતા હોઈએ છીએ. એનો સાર એ છે કે એમના હાસ્યની સરવાણી-ગંગોત્રી એ એમનું ઝીણામાં ઝીણું નિરીક્ષણ છે. મનુષ્ય-સ્વભાવ, એનાં વિવિધ સંચલનો, એનાં પાસાંઓ, એનું અનેક રૂપે થતું પ્રગટીકરણ, આ બધું જ અશોક એટલા જબરા સૂક્ષ્મદર્શક કાચથી કરે છે કે ચકિત થઈ જવાય. બીજા અનેક લેખકો – ગંભીર પ્રકારનું લખતા સાહિત્યકારોએ પણ આ ચીજનો ઉપયોગ કર્યો જ છે અને એના કારણે જબરી નામના પામ્યા છે. પણ એટલો જ ફેર કે એ લોકોએ એ નિરીક્ષણથી માત્ર જીવનની કારુણીઓ છતી કરી અને અશોકે એમાં રહેલી હાસ્યાસ્પદતા છતી કરી. અશોક દવેના જ એકાદ લેખમાં, બહાર જેમને માટે રાહ જોતા આગળના મુલાકાતીઓ બેઠા હોય તે સાહેબ અંદર ચટ્ટાપટ્ટાવાળી અર્ધી ચડ્ડી પહેરીને પંખો રિપેર કરવામાં પડ્યા હોય છે તે ચિત્ર – થોડાઘણા રૂપાંતરે કોના જીવનમાં નહીં ભજવાયું હોય? નસકોરાં બોલાવ્યા જેવી સામાન્ય બાબત પર આટલા બધા સચોટ, સાચા અને હસાવે તેવાં નિરીક્ષણો બીજું કોણ કરી શકે અશોક સિવાય? તદ્દન નાની એવી વાતો કે જેને આપણે રોજ અવગણતા હોઈએ તેવી વાતોમાં આટલું બધું હાસ્ય પડ્યું છે તે તો એ ચીજ અશોક દવેની કલમે પિરસાઈને આવે ત્યારે જ ખબર પડે. આમ અશોકની શબ્દકરામત તો પાછળથી એ કાગળ ઉપર ઊતરે ત્યારે પટમાં આવે પણ એ પહેલાં એ જે નિરીક્ષણો એની માઈક્રોસ્કોપિક નજરે કરે છે તે એની પ્રતિભા – એની એકલાની જ પ્રતિભા છે. થોડા સમય પહેલાં બાલ્કનીમાં ઊભા રહેવા વિશે એણે જે લેખ લખ્યો હતો તે વાંચીને મુગ્ધ થઈ જવાયું. બગાસાં ઉપર, છીંક ઉપર, બસમાં ઝોલાં ખાવા ઉપર, આ દરેક ચીજ એ અશોકને માટે હાસ્યનો અક્ષય ભંડાર છે, જેની ચાવી બીજા કોઈ પાસે નથી.

નિરીક્ષણગત હાસ્ય એ આમ તો ઊંચા પ્રકારનું હાસ્ય ગણાય કારણ કે એમાં સ્થૂળ ફારસિયા ઘટનાઓને કોઈ અવકાશ નથી હોતો. એની શરત એટલી જ કે એ ડંખરહિત હાસ્ય હોવું જોઈએ, તમારી પરનાં નિરીક્ષણો તમને હસાવે તેવાં હોવાં જોઈએ, અપમાન કરાવે

તેવાં નહીં. સીધાં સીધાં નિરીક્ષણો તો મનોવિજ્ઞાનના મનોયત્નો બની જાય. એટલે એ પણ સુક્કાં અને નીરસ હોય. પણ જ્યારે એને રસાળ લેખિનીનો સ્પર્શ મળે ત્યારે એ જીવનપ્લસ (જીવનવિશેષ) બની જાય. અશોક એવી લેખિનીનો સ્વામી છે. કદાચ એને થોડું જાળવવું પડે તો સરળતાના અતિરેકમાં કોશિયો પણ સમજી શકે એવી ભાષા વાપરવી એમ ગાંધીજી સરળતાના સંદર્ભમાં કહેતા. એનો અર્થ એમ નહીં કે કોશિયો વાપરે એ જ 'સરસ્વતી' વહેવડાવવી. આટલી વાત સાનમાં સમજાવું છું. અશોક તો સૂક્ષ્મતાનો માણસ છે. ન સમજે, ન સમાલે એવું બને નહીં.

**રજનીકુમાર પંડ્યા**

(તેમણે લખેલા એક વિવેચનલેખમાંથી સાભાર)

# અનુક્રમણિકા

---

# ૧. ગુજરાતી નાગરો

દુનિયાનો પહેલો સેલ્સમૅન નાગર હોવો જોઈએ. આદિમાનવોને જાંગિયા વેચવા હોય કે નવજાત શિશુની જેમ તાજા જન્મેલા વિચારો વેચવા હોય, જીભાન નાગરની જોઈએ. મા સરસ્વતીને મૂડ કવિતાનો આવતો હશે, ત્યારે એક એક લૉટ નાગરોનો બહાર પાડતા હશે. આપણેય અકળાઈને માતાજીને કહેવું પડે. 'જુઓ મૅડમ, દેખીતી રીતે જ તમે બીજી જ્ઞાતિઓ કરતાં નાગરોની વધુ ફેવર કરી છે.'

નાગરોને તમારી ફેવર કરતાંય આબેહૂબ આવડે. તમે શર્ટ સરસ પહેર્યું હોંય, ફોન પર વાત કરવાની તમારી મૅનર્સ આહ્‌લાદક હોય કે પછી આ પુસ્તક ગમી ગયું હોય, યોગ્ય કદરદાની માત્ર નાગરો પાસેથી જ સાંભળવા મળવાની. આપણા ઉપરાંત બીજાઓ પાસેય વખાણવા જેવું ઘણુંબધું હોય છે, એવી કદરદાની ગુજરાતને સૌ પ્રથમ નાગરોએ શીખવી. ઘણી વખત તો કોઈ નાગરે વખાણ કરી લીધા પછી પેલાને ખબર પડે, 'એમ ? આ મારો પ્લસ-પોઇન્ટ હતો ?'

ગુજરાતના એક હાસ્યલેખક કોઈ નાગરે કરેલાં વખાણ ધ્યાનમાં જ નથી લેતા...

સુંદર દેખાવ અને ફૂલગુલાબી સ્કીનમાં લોહાણાઓ કે પારસીઓની કોઈ બરોબરી કરી શકે તો માત્ર નાગરો જ ! નાગરો જેવાં અણિયાળાં નાક બનાવવાનો ઑર્ડર તમે ઉપર મોકલાવો, તો બહુ બહુ તો તમારી જીભ કે બુદ્ધિ અણિયાળી થઈને પાછી આવે, પણ ચીઝના ટુકડા જેવું લીસ્સું-સુંવાળું નાક તો નાગરો માટે જ અનામત છે. નાગરો પાછા આ નાક સોસાયટીમાં વાપરવા કાઢે તો એમાંય

શાન બાદશાહી હોય! નાકનું મૂલ્ય તેઓ જાણે છે. નાક કપાવવું સહેલું છે, પણ જ્યાં છે ત્યાં સન્માનભેર ચીટકારી રાખવું વધુ અઘરું છે, એ ન્યાયે આ પ્રજા સાચું અને સારું સૂંઘી લેવામાં નાકને પાર્ટ-ટાઈમ જૉબ પર રાખી આસાનીથી હંસકૃત્ય કરે છે. વાત એક જ છે, પણ ખરાબ શું, એના કરતાં સારું શું, એ જોવામાં નાગરો નાકનો 'પોઝિટિવ' ઉપયોગ કરે છે. બાકી હજારના ટોળામાંથી નાગરને ગોતી કાઢવામાં એમનું નાક અને આપણી આંખ જોઈએ આંખ!

એટલે કે એમના જે ચાર-પાંચ વિભાગો છે, એમાં વડનગરો કયો, વિસનગરો કયો, એ બધું પારખવાની ગુરુચાવી એ છે કે, કબીર એવું કહેતા ગયા છે કે, સુંદરતા સાઠોદરાઓને ફાળે આવી, હાસ્યવૃત્તિ પ્રશ્નોરાઓએ કવર કરી છે, પૈસો વડનગરાઓ પાસે અને એ ત્રણેયનું બધું છૂટક છૂટક વિસનગરાઓ ઉપાડી લાવ્યા છે.

પણ તો બી... ખુદ નાગરો કહે છે કે, જૂનાગઢની નાગર સ્ત્રીઓ જેવું અનુપમ સૌંદર્ય અન્ય નાગરોમાં તો શું, તાજાં ફૂલોમાંય જોવા ન મળે! ફૂલોને તો કરમાવાની આદત છે... એ તો ઠીક પણ મેક-અપ વગરનાં ફૂલો તો જોવાંય ન ગમે જ્યારે મેક-અપ સાથેની જૂનાગઢની નાગરણ અત્તર છાંટેલા ગુલાબના ફૂલ જેવી લાગે! ઈન ફેક્ટ, ઈશ્વરે તો બહુ ખાનગી રાખ્યું હતું પણ પોતે આટલી નમણી અને સુંદર છે એની પાકી ખબર જૂનાગઢની જાણભેદુ નાગરણોને હોવાથી, મર્યાદામાં રહીને શકુંતલા જેવો વન-ઉપવનીયો બનાવ-સિંગાર કરીને સાંજ પડે પોતાના ઘરોના ઓટલે બેઠી હોય કે શાકભાજી લેવા નીકળી હોય! (કહેવાય છે કે જૂનાગઢના નવાબ બનવું હોય તો કાલે સવારે નોકરી મળી જાય, પણ શાકભાજીની લારી શરૂ કરવાના તો ઑન બોલાય છે ઑન!) હું ગુજરાતનાં તમામ શહેરોમાં પ્રવચનો આપી આવ્યો છું પણ જૂનાગઢથી આમંત્રણ આવે તો મારાવાળી મારા સુધી આમંત્રણ પહોંચવા જ નથી દેતી. (નાગણ પણ નાગરણથી બીએ, તે આનું નામ!) સ્વ. કવિ બાલુ પટેલે કદાચ આ શેર જૂનાગઢની નાગર સ્ત્રીઓ માટે જ લખ્યો હશે,

'ફૂલ જેવો ચહેરો છે, રૂપ ચાંદની જેવું,
અંગ અંગ મહેકે છે, ને વરસ છે સત્તરમું;
આંખમાંય કાજળ છે, ગાલે મેશનું ટપકું,
તોય શક્યતા છે કે, ફૂલની નજર લાગે.'

અલબત્ત, દેખાવની બાબતે નાગરોને 'જય હાટકેશ'વાળા ભગવાન શંકર કે શ્રીરામ અને શ્રીકૃષ્ણના વંશજો કહી શકાય એમ નથી, કારણ કે આ ત્રણેય ભગવાનો તો શામળા હતા ! એ દૃષ્ટિએ નાગરો માડી અંબાનું કંકુ ખરવામાંથી પેદા થયા હોવા જોઈએ.

ગળથૂથીનો પ્રતાપ હશે એટલે વેસ્ટ ઈન્ડિઝમાં ફાસ્ટ બૉલરો જ પાકે, ભારતમાં સ્પીનરો જ પાકે અને પાકિસ્તાનમાં અમ્પાયરો જ પાકે એમ, પ્રત્યેક નાગર કુટુંબમાંથી છેવટે એક સંતાન તો કલાકાર જ પાકે ! બીજે બધે બાળકને સ્લેટ પર પહેલાં એકડો ઘૂંટતાં શીખવાય છે જ્યારે નાગરનું બાળક પહેલી આંગળી વીણા કે સરોદના તાર પર મૂકે છે. જરૂર પડે એકડો શીખવો જ પડે એમ હોય તો એ એકડો પીંછીથી બનેલો હોય ! નાગરોના તો નિઃસાસાય સૂરમાં હોય અને કદાચ એ જ કારણે કંઠના કામણગારા ગઢવીઓ અને નાગરોના ગળાનું માપ લગભગ એકસરખું જ આવે ?

જોકે, ઉતાવળમાં નાગરો પોતાને 'કલમ, કડછી અને બરછી'ના નિષ્ણાત ગણાવે છે. પણ એ તો એમને જોક કરવાની ટેવ છે ને, એટલે ! એમની નમ્રતા એવું કહેવાની કે અમે સાહિત્ય ઉપરાંત રસોઈપાણી અને શૌર્ય-બહાદુરીમાંય નંબર વન ! મજાક કરે છે... સાહિત્યમાં કોઈ મોટા મીર માર્યા હોય એટલી સંખ્યામાં નાગરો આવ્યા નથી. યુદ્ધભૂમિ તો પછીની વાત છે પણ નાગર શૂરવીર અડોસ-પડોસમાંય કોઈનું લબોચું ભાંગી લાવ્યો હોય એવું તો બાળકોને હસાવવા માટેય નથી કહેવાતું ! એક કડછી પૂરતું કંઈક સાચું હશે કેમકે, નાગરોના પાડોશીઓ વાતો કરતા હોય છે કે, બહેન હીંચકે બેઠાં હોય ને ભ'ઈ રસોડામાં !... અલબત્ત, પાડોશીઓને તો મજાક કરવાની આદત હોય !

આ લે લ્લે ! મજાક-મસ્તી તો નાગરોની અટક અને નામોમાંય આવે રાખે ! નામ-અટક બાબતે તો ચીનાઓએ પણ નાગરોની નકલ કરી છે. જગતભરના તોતડાઓ ચીનાઓ અને નાગરોનાં નામોના ઉચ્ચાર કરવા જતાં તોતડા બન્યા છે. હરામ બરોબર એક પણ નામ તમે થૂંક ઉડાડ્યા વિના બોલી શકો તો ! 'ફૂંગ-શાંગ-ક્વાંગ હો' બોલો કે અમદાવાદની 'પાન્શ્યૂમાલિની' બોલો. એક બહેનનું નામ તો 'સંસ્કૃતિરાણી' છે તો બીજાં બહેનનું નામ 'શ્લેષ્મા' છે. (ફોઈબાએ મૅટ્રિકમાં સંસ્કૃત નહીં રાખ્યું હોય કારણ કે 'શ્લેષ્મ'નો અર્થ થાય છે, નાકનું લેંટ !)

સમગ્ર સૃષ્ટિના જીવજંતુઓ-પશુપક્ષીઓ આપણાં સંતાનો છે, એવું મહાત્મા કન્ફ્યુશિયસે કહ્યું હતું પણ નાગરો તો એમનેય 'કન્ફ્યૂઝ' કરી નાખે એવાં નામો પાડે છે. બે-ચાર જીવ-જંતુ કે પશુઓને બાદ કરતાં કોઈ પણ નામે તમે બૂમ પાડો, 'અલ્યા ઘોડા... અહીં આય તો !' તો સાચ્ચે ને 'ઘોડા' કોઈ નાગરની અટક હશે. નાગરોનું બધું વિશિષ્ટ જ હોય. 'હાથી, માંકડ, વીંછી, મંકોડી કે ઘોડા જેવી અટકો વાચકોને હસાવવા નથી લખી... સાચી અટકો છે ! એમનામાં તો 'સૈયદ' અને 'ઘારેખાન' પણ હોય ! બંગાળીઓ અને નાગરો વચ્ચે આટલો તફાવત ! નામ અને અટક બંનેના મધુર, પણ બંગાળીઓ ચીકણા બહુ – નામ ગમે તે પાડો, કંઈક અર્થ જરૂર નીકળવો જોઈએ !

અર્થ તો નાગરોની આગતા-સ્વાગતાનોય ભારે મીઠડો નીકળે ! કોઈ પણ નાગરને ઘેર જાઓ, એના જેવો હૃદયપૂર્વકનો આવકાર બીજે ક્યાંય જોવા નહીં મળે ! તમારું આવવું એમને અંતરમનથી ગમ્યું છે એવું તમે ઘટનાસ્થળે જ 'ફીલ' કરી શકો. ગમે તેવા ટેન્શનવાળો નાગર મહેમાન દેખીને જાપાનીઝ બની જાય. કંઈક જમાડ્યા વિના તમને ઊઠવા ન દે અને વિદાય એવી આપે કે ઘેર પાછા એમણે જવાનું છે કે આપણે, એય ભૂલી જવાય !

નાગરો વ્યભિચારને મહા પાપ ગણે છે. એની બે સાબિતીઓ પણ મળી આવી છે. પારકાને પ્રેમ એ વ્યભિચાર કહેવાય માટે નાગરો

પોતાના જ પ્રેમમાં પડેલા છે. બીજાનું સારું જોઈને જીવ ન બળે એ માટે તેઓ પોતાની હરએક ચીજને સર્વશ્રેષ્ઠ ગણે છે – દુશ્મન પણ પોતાનો હોય તો !... કદાચ આ જ કારણે નાગરો પોતાને 'બ્રાહ્મણ' ગણાવતાં લજાય છે... જેવાં જેનાં નસીબ ! શાહી ખાનદાનમાં જન્મવા છતાં રાજકુંવર પોતાને સાધુ ગણાવે એવી નમ્રતા ફક્ત નાગરો જ બતાવી શકે.

નાગરો પોતાને 'બ્રાહ્મણ' નહીં ગણાવીને હિંદુઓમાં કૉમિક ઊભું કરે છે. કારણ કે, હિંદુ કોઈ પણ હોય, એ ચાર પૈકીના એક જ વર્ણમાંથી ઊતરી આવ્યો હોય – બ્રાહ્મણ, વૈશ્ય, શૂદ્ર અને ક્ષત્રિય. આ હિસાબે નાગરો શેમાં આવે એ પ્રશ્ને બિન-નાગરોને ખપપૂરતું મૂછમાં હસવાનું મળી રહે છે. અલબત્ત, મૌલિકતાના આગ્રહી નાગરો કંઈક નવું કરી બતાવવાના બેફામ મૂડમાં હોય છે. ભવિષ્યમાં કોઈ નાગર શંકરાચાર્ય બન્યો તો પાંચમો વર્ણ 'નાગરો'નોય શરૂ કરાવશે.

હા, બાકી ચારેય નાગરમાં સૌથી ઊંચું કોણ, એ તમારે જાણવું હોય તો વારાફરતી સાઠોદરા, પ્રશ્નોરા, વડનગરા અને વીસનગરાને પૂછી જોવું... સૌથી ઊંચું કોણ, એ તો ઝટ નહીં ખબર પડે પણ બાકીના ત્રણ નીચા કયા કયા... એ ખબર પડી જશે... પૂરક માહિતી સાથે !

બીજી સાબિતી એ છે કે, સ્ત્રીઓને પુરુષસમોવડી બનાવવાનાં નાટકો હજી હમણાં શરૂ થયાં. જ્યારે મોટા ભાગના નાગરો તો લગ્ન થતાં જ સ્ત્રીઓને સ્ત્રીઓ જ આપી શકે એટલું માન અને હક્કો આપવા માંડે છે. આ જ કારણે એક માત્ર નાગર જ્ઞાતિ જ એવી કોમ છે જે દહેજ-ડાઉરીનો એક પૈસોય લેતી નથી.

આ લખનારને મતે ગુજરાતીઓમાં નાગરો જેવી સર્વશ્રેષ્ઠ હ્યુમર અન્ય ક્યાંય નથી. હાસ્ય ઊભું કરવામાં કે પોતાની ઉપરની મજાકનેય ખેલદિલીપૂર્વક 'માણવામાં' નાગરો પ્રણામયોગ્ય છે. ભાવનગરના પ્રશ્નોરાઓની હાસ્યવૃત્તિ આવી જ ઊંચી ઔલાદની ! અમારા પ્રશ્નોરાઓમાં કોઈ પણ શબ્દનું નાન્યતર જાતિમાં રૂપાંતર તાબડતોબ

થઈ જાય, ‘અમારી તો કાંઈ લાઈફું છે? ૩૦-૩૫ વર્ષના થઈ, ત્યાં સુધી વાઈફું નો મળે, એકલા ફ્રેન્ડુંને શું કરવાના! બુકુંય કેટલી વાંચીએ? ફિલ્મુંય કેટલી જોઈએ? ટિકટું કાંઈ મફતમાં આવે છે?’

નાગરો વિશે વિવાદો પહેલી તારીખના પગારની માફક નિયમિત ઊભા થતા રહેવાના... કે, દંભને એ લોકો સંગીતની જેમ સાચવે છે. મીંઢા હોય – પેટમાં શું છે એની ખબર ન પડે અથવા તો નાગરની સાથે દોસ્તી કોઈ કામની નહીં.

હું આ બધું, બધું જ નથી માનતો. મારી દૃષ્ટિએ સરસ મઝાની ડ્રેસ-સેન્સ હોય, લખનવી મેનર્સ હોય, કોઈનું ખરાબ ન બોલે અને મેહમાનનવાઝીમાં આપણું ઘર ભુલાવે એને ‘નાગર’ કહે છે...!’

*તા. ૨-૯-’૯૩*

## ૨. પટેલો ઉપર વિશ્વાસ મુકાય ?

'ઇટ ઇજ વેરી ઇઝી...'ના 'ઝ'માં પટેલો મોટે ભાગે ઝાડુ-ઝભલામાં વપરાતો 'ઝ' વાપરે છે એ સિવાય, એમની બોલવાની ભાષામાં 'બ્હોન પૈણી નાખી...' કે 'હવડે એક મ્હેલેને ભોડામોં' કે પછી 'તારા બાપનું કપાળ' તો ઘરમાંય બોલાતા શબ્દો છે. 'ત્યોંથી ત્યોં ને ત્યોંથી ત્યોં...' એમ નઈ કે બે ઘડી બેશી રો' જેવી વાણી તો પટેલો ઉપર જ બનેલી કોઈ કેસેટમાંય 'હોંભળી છઅ...!'

પટેલોની કોડાફાડ ભાષાનો અનુભવ તો કહે છે કે, ભગવાન શંકરનેય થઈ ગયેલો. માતા પાર્વતી સાથે પોતાના અંગત વિમાનમાં બેસીને પ્રભુ એક જંગલ ઉપરથી ઊડતા જતા હતા. નીચે એક ઝાડ સાથે બાંધેલા મોઢા પર ડૂચો મારેલ માણસને જોઈ પાર્વતીજીએ પૂછ્યું, 'કોણ છે એ ? કોણે આમ બાંધી રાખ્યો છે...?' પ્રભુ હસ્યા. 'રહેવા દો મૅડમ... એને બહુ વતાવવા જેવો નથી...!!' સસ્પેન્સ વધતાં માતાજીએ હઠ પકડી કે, 'જે હોય તે એને મુક્ત કરો... કોઈ સારા ઘરનો લાગે છે !' બહુ મનાવવા છતાં માન્યા નહીં એટલે મહાદેવજીએ વિમાનમાં બેઠાબેઠા જ આશીર્વાદ આપ્યા ને પેલાનાં બંધનો છૂટી ગયાં... પણ જેવો મ્હોંમાંથી ડૂચો નીકળ્યો કે તરત જ આવડી ને આવડી જોખાવી.

'ઈની બુનનો દિયોર... કયો હતો એ મ્હારા મુઢામોં ડૂચા ઘાલી જનાર ?:'

મા પાર્વતી અવાક થઈ ગયાં, 'કોણ છે એ પ્રભો?'

'એ પટેલ છે.'

પટેલોને નહીં સમજી શકનારાઓ એમની કડછા જેવી જીભની બહુ વાતો કરે છે પણ, એ જ ભાષા પટેલોને ગુજરાતની સર્વશ્રેષ્ઠ વિશ્વાસપાત્ર કોમ પણ બનાવે છે. આખી દુનિયામાં (માત્ર ગુજરાતમાં જ નહીં!) આંખ મીંચીને વિશ્વાસ મૂકી શકાય એવી આ એક જ કોમ છે. કોઈ દિ' પાછળથી ઘા ન કરે. મોઢે જે કહેવું હોય એ બેફામ કહી દે... મનમાં પાપ ન હોય એવા તો આજકાલ મન પણ નથી મળતાં, ત્યાં માણસો ક્યાંથી મળે? પણ દુનિયાભરનો કોઈ પણ પટેલ ઉઘરાવી લાવો, એ ઑફિસમાં બૉસની ચમચાગીરીવાળો નહીં હોય. મોઢે કંઈ કહે ને પાછળથી કાંઈ કહે એવા પટેલો જોવા નહીં મળે, એને માટે જ હું તો જન્મે બ્રાહ્મણ છું છતાં જેની પાસે દિલ ખોલીને વાત કરી શકાય એવા અંગત મિત્ર તરીકે ક્યારે પણ અન્ય કોઈ પણ જાતનાને ન રાખું, પટેલ જ જોઈએ! ફાડી નાખે એવી મસ મોટી ગાળ દઈને જે હોય એ મોઢે કહી દે, પણ વિશ્વાસઘાતની તો ચિંતા નહીં! વિશ્વાસનું જીવનભરનું બુકિંગ માત્ર પટેલો જ કરી આપે છે.

અને આ જ વિશ્વાસને કારણે પટેલો માત્ર યુરોપ કે અમેરિકામાં જ નહીં, દક્ષિણ ધ્રુવથી માંડીને તમારા ઘરની બાજુમાં પણ આવીને ઊભેલા છે. ઉત્તમ પટેલોનો ટેસ્ટ જરા ઊંચો, એટલે એ ભારતના વડાપ્રધાન બનવામાં ક્યારેય નહીં પડે... ભવિષ્યનો અમેરિકન પ્રૅસિડેન્ટ પટેલ બને એ શક્યતા ખરી: 'લૅડીઝ ઍન્ડ ઝેન્ટલમૅન...!'

ભારતને અમેરિકા-ઇંગ્લૅન્ડમાં જો કોઈએ ઊજળું કરી બતાવ્યું હોય તો તે પટેલોએ જ! ત્યાં તો 'મોટેલ'ને બદલે 'પટેલ' શબ્દ વપરાય છે. મૂળ ખેડૂત પ્રજા. મહેનતમાં પાછી પડે નહીં, એટલે ફળને બદલે રોકડા જ કરી આપ્યા છે એમને લક્ષ્મીજીએ! હાઈવે પર રહેવા ઊતરવાની સગવડ આપતી (આપણી ભાષામાં હોટલને ત્યાં) મોટેલ કહે છે, પણ એક અંદાજ મુજબ અમેરિકાની ૭૦ ટકા મોટેલો પટેલોની

છે. ઘરનું ઘર અને ધંધાનો ધંધો એટલે ત્યાં પહોંચ્યા પછી બીજાઓ માફક પટેલોને ભૂખે મરવાનો વારો આવતો નથી. ક્યાંક ને ક્યાંક ગોઠવી દેવાય. અમારા એક બૅંક મૅનેજર દોસ્ત કહેતા હતા : 'અમેરિકામાં ૧૫-૨૦ વર્ષ રહી આવેલ પટેલ સ્ત્રી અપ-ટુ-ડેટ થઈને ઇંગ્લિશ બોલતી આવે. પણ પોતાની સહી પણ ઇંગ્લિશમાં કરતાં શીખી ન હોય ! લખતાં-વાંચતા આવડ્યું ન હોય પણ મોટેલ દ્વારા ભારતના રાષ્ટ્રપતિના પગાર જેટલી આવક તો રોજની કમાતી હોય ! તો બીજી બાજુ, પરેશ નાયક નામના અનાવિલ દોસ્તનાં માસી પહેલી વાર અમેરિકા જતાં ગભરાતાં હતાં, 'હું શું કરીશ ત્યાં જઈને ? નથી મને ઇંગ્લિશ આવડતું, નથી મારી પાસે કોઈ ડિગ્રી...!' જવાબમાં પરેશે કહ્યું, 'માસી, તમતમારે જાવ... પટેલોને ફાવી ગયું છે તો તમને નહીં ફાવે ?'

બાકી જગતભરમાં તમને કોઈ પણ પટેલ મળે ને તમે કહો, 'તમારા રમણભાઈ પટેલને હું ઓળખું ! જેન્તીભ'ઈ પટેલ તો જીગરી... તમારા રમેશ પટેલની સાથે તો હું ભણ્યો છું... ગોવિંદ કે ગોરધન પટેલ સાથે અમારે જમવાના સંબંધો !' તો સામાવાળો પટેલ ચોંકી જશે કે, આટલા બધા મોટા પટેલોને તમે ઓળખો છો ?' એને તમારી ઉપર માન થશે. પણ તમારે ફેંકવાની જ હોય ! દુનિયાભરના પટેલોમાં આ ચાર-પાંચ નામો જ મોટે ભાગે પડે છે. અમદાવાદની ફોન ડિરેક્ટરીમાં એકલા ગોવિંદાઓ જ ૧૭૩ છે. રમણ પટેલો ૨૭૫, રમેશ પટેલો ૩૩૭ પણ સૌથી મોખરે કોણ છે, જાણો છો ? જેન્તી જોખમો...! બધું મળીને ૩૭૮ જેન્તી પટેલો છે...

પટેલો આવાં નામો પાડે છે પણ બહુ પાછાં પોતાનાં નામો ગમે નહીં, માટે એ લોકો પોતાને મોટે ભાગે 'ઇનિશ્યલ'થી બોલાવવાનો આગ્રહ રાખે છે. કૉલેજોમાં આંટો મારી આવજો... કેટલાય 'આર.કે.' ભટકાશે. આર.કે.માં તમને બહુ બહુ તો 'રાજકપૂર'નો ખ્યાલ હોય એટલે ધારી પણ લીધું હોય કે આ આર.

કે. કોઈ ડેશીંગ પર્સનાલિટીવાળો યુવાન હશે પણ નામ જાણો ત્યારે ખબર પડે કે આર.કે. એટલે રૂઘનાથભ'ઈ ખોડાભ'ઈ પટેલ.'

આવા બી.પી., એમ.બી., ટી.કે., એસ.બી. અને વાય. આઈ. પટેલો ઠેરઠેર જોવા મળશે.

પટેલોની ઊડીને આંખે વળગે એવી એક બાબત એમનાં સ્વચ્છ ઘરો છે. કહેવાય છે કે પટેલોનું ઘર એના હૃદયનું પ્રતીક હોય છે. કોઈ પટેલ કેટલો શુદ્ધ છે એ જાણવું હોય તો એનું ઘર જોઈ આવો. તાજ્જુબી એ થશે કે, સમગ્ર પટેલ કોમ તમને શુદ્ધ લાગશે. ઘરમાં કે હૃદયમાં અસ્તવ્યસ્ત કે કચરાછાપ કાંઈ જ ન પડ્યું હોય. માટે એકમાત્ર પટેલો ગુજરાત જ નહીં, સમગ્ર વિશ્વનાં ઘરોમાં આદરસત્કારથી આવકાર પામે છે.

સ્વ. રાજકપૂરે આ લખનારના મોઢે પટેલોનાં પેટભરીને વખાણ કર્યાં હતાં. ગુજરાતના પટેલો અંગે એમણે જ કાંઈક વાત કાઢી અને એક અલ્પવિરામ પણ આઘુંપાછું કર્યા વિના શબ્દશઃ એમની વાત કહું તો, 'બડી મર્દ ઝાત હૈ યે પટેલોં કી, ઈસ જહાનમેં ગર કિસી પે ભરોસા કરના હો, તો પટેલ પર કરો... આખરી સાંસ તક આપકા સાથ નહિ છોડેગી !' ત્યાર પછી અસલી રાજકપૂરીયન અંદાજથી હસતાં હસતાં, પણ ગર્વ લેતા હોય એમ કહ્યું, 'ઉસ હિસાબ સે હમ કપૂર લોગ ભી પંજાબ કે પટેલ હી હૈ...!' અલબત્ત દહેજપ્રથાના સખ્ત વિરોધી રાજકપૂરે ગરીબ ગાય જેવા દુઃખી બની જઈને એમ પણ કહ્યું, 'ઉન લોગોંમેં એજ્યુકેશન તો ખૂબ બઢતા જા રહા હૈ, લેકિન ડાઉરી ખતમ નહીં હો રહી... પઢે લિખે પટેલ ભાઈયોં કો હી યે બાત સમ્હાલની હોગી !'

રાજકપૂરને જે કહેવું હોય એ કહે, એના કીધા પ્રમાણે પટેલો કરવા જાય તો પૈસો કમાવાનો આનંદ જ શું આવે? મોટા ભાગના પટેલો દીકરી માટે જ જન્મ્યા હોય છે ને દીકરી માટે જ કમાય છે. જિંદગીમાંથી તમે જો આવો 'ફન' કે 'થ્રીલ' જ લઈ તો 'પૈશા કમાવાનું ઈની બોન પૈણાવવા જ્યું !'

કડુઆ અને લેઉઆ એમ બે પેટા જ્ઞાતિઓમાં મુખ્યત્વે પટેલો વહેંચાયેલા છે. એમાં ચરોતરવાળા જુદા (‘હી ઇઝ એ બોઑય... શી ઇઝ એ ગર્લ...’) અને ઉત્તર ગુજરાતવાળા જુદા (‘ઈન્હી બૂનને...’) સૌરાષ્ટ્રના અને કચ્છી પટેલો તો પાછા આ લોકોથી સાવ જુદા પડે ! હા, બીજી જ્ઞાતિઓની જેમ આમાંના એકેયમાં ‘પેલું’ નહીં પાછું કે, ‘પેલા કરતાં અમે ઊંચા !’ ટેસ્ટ ખાતર પણ કોઈ કડવા પાટીદારને એ પૂછી જોજો, ‘કડવા ઊંચા કે લેઉઆ ?’ તરત જવાબ મળશે ‘અમે બધા પટેલ ઊંચા.’

અને આ જ કારણે મુસલમાનો જેવી એકતા માત્ર પટેલોમાં આવી છે. એક પટેલ બીજા પટેલને ઊંચો લાવે જ. અન્ય જ્ઞાતિઓએ પટેલો પાસેથી આ શીખવા જેવું છે. એ તો ઠીક, પણ દેશ ઉપર કાલે ઊઠીને કોઈ સંકટ આવે કે તમારા ઘરમાં ધાડપાડુઓ ભરાયા હોય તો છાતી સાથે ધારિયું કાઢીને સામનો કરવા આ એક જ કોમ વગર સ્વાર્થે તમારી મદદે આવશે... બાકીના પાડોશીઓને તો તમે જાણો છો. કેટલાક ‘હઈસો-હઈસો’ કરનારા, તો કેટલાક મીઠું મીઠું બોલીને આઘા ખસી જનારા ને બાકીના તો બધું પતી ગયા પછી ‘અમને કહેવડાવ્યુંય નહીં ?’ વાળા ! દિલમાં પાપ નહીં, માટે આ કોમ તોછડું બોલવાનો હક ધરાવે છે... ભારે મીઠાશ અને ચાંપલાશથી બોલવું અને કરવું કંઈ નહીં, એવી જાતિઓ આપણી નજર સામે છે. મૂળ ખેડૂત જેવા ગરીબ વર્ગમાંથી ઊંચી આવીને જાતમહેનતથી આ પ્રજા આજે ક્યાં પહોંચી છે ? કોઈ પણ ક્ષેત્રમાં એ આગળ છે (સંગીત-ફંગીત કે હાસ્ય-બાસ્ય બહુ ફળ્યાં નથી એમને... આ લેખમાં કંઈ ઊંધું હમજ્યા તો કોશ લઈને મને મારવા આવશે !) પણ મોટી મહત્ત્વની વાત તો એ છે કે...

પટેલો આપણા બધાના ‘બાપ’ છે. ખેડૂતને જગતનો તાત કીધો છે ને ?

★

'મેસર્સ પટેલ, પટેલ, પટેલ એન્ડ પટેલ. કું.'માંથી બોલો છો ? મારે મિ. પટેલનું કામ છે !

— સૉરી. એ નથી આવ્યા.

— તો બીજા પટેલને આપો.

— એ પાંચ વાગે આવશે.

— તો ભ'ઈ... ત્રીજા પટેલને આપો...

— એ તો નીકળી ગયા...

— તો બાપા, જે બાકી રહ્યા એ પટેલને આપો...

— સ્પીકિંગ...!!

તા. ૯-૯-'૯૨

# ૩. જૈનો હિંદુ નથી

'જયસુખ...'

'હં બાપા...'

'ઘઉંમાં કાંકરા નાખ્યા ?'

'હા બાપા.'

'હળદરમાં રંગ ભેળવ્યો ?'

'હા બાપા !'

'તો હાલ... દેરાસર જઈએ !'

'ઈશ્વર પ્રત્યે આટલી ઊંચી શ્રદ્ધા જૈનોમાં જ હોઈ શકે. કોઈની પાસે મફતમાં કામ કરાવવું નહીં અને કોઈનું કામ મફતમાં કરી આપવું નહીં એ નિયમ જૈનો ઈશ્વર માટેય પાળે છે. વેપાર-ધંધામાં કેટલાંક સમાધાનો તો કરવાં પડે ને આટલી બધી ભક્તિ કરીએ તો બદલામાં પેલું હળદર-કાંકરાવાળું નનેકડું કામેય પ્રભુને સોંપવું પડે... જય જિનેન્દ્ર !'

યુવાન હોઈએ ત્યાં સુધી આંખો ઠારવા, વહેલી સવારે કોઈ કૉલેજ પાસે હરફર કરવું જોઈએ, પણ આખી જિંદગી આંખો ઠારવા માટે વહેલી સવાર પૂરતાં જૈનો જોવાલાયક હોય છે. સવારના આહ્‌લાદક વાતાવરણમાં, ચંદનની સુગંધથી નાહી-ધોઈને રેશમી સનિયું (પીતામ્બર) પહેરીને ઉઘાડા પગે, પણ મારુતિ-૧૦૦૦ કે સ્કૂટર પર દહેરાસર જવા નીકળેલા જૈનને જોવા પણ આંખને ગમે છે. લોજિકલી, સવાર કે પરોઢનો સમય આપણા બધા માટે એવો પવિત્ર છે કે માત્ર સુંદર નહીં, પવિત્ર ચીજો પર જ આપણી નજર પડે, એવું

ગમતું હોય છે... મોઢામાં દાતણ ઘસતો દેવઆનંદ, સાઈકલ પર જતો પોલીસવાળો કે કોગળા કરતી મિસ યુનિવર્સ ઉપર પણ સવાર-સવારમાં આપણી નજર પડે, એ બહુ ગમે નહીં. પણ દહેરાસર જતા જૈનોને પરોઢિયે જોવાથી આપણાં પોપચાંઓ ઉપર ચંદનની ઠંડક અનુભવાય છે. ભલે પછી ભરબપોરે એ જ જૈનનું ગળું દબાવી નાખવાની ઈચ્છા થાય, જે વર્ષોથી તમારા ચાળીસ રૂપિયા આપતો ન હોય !

તમે જ માનો છો ને કે, ઈશ્વર પાસે જવાનીય એક અદબ હોય છે. આપણામાંથી ઘણાં તો દર્શન કરવા જાય છે કે મંદિરમાં મારામારી કરવા, એ જ ખબર ન પડે! જૈનો પાસેથી આ શીખવાનું છે. ભગવાનનેય બે ઘડી તમારી સાથે બેસવું ગમે, એવા ચોખ્ખા થઈને જાઓ, બાકી ઘંટ વગાડવા હાથ ઊંચો કરો એમાં આજુબાજુના ભક્તો તો ઠીક મૂર્તિઓમાંય ભાગદોડ થાય, એવા પરસેવાથી બગલ ગંધાતી હોય, એ તો ખોટું જ ને ?... જય જિનેન્દ્ર.

લાડમાં જૈનો 'પીળા ચાંદલા' તરીકે અને કટાક્ષમાં 'ખાખરાઓ' તરીકે ઓળખાય છે. કોઈ જૈન પાસેથી કામ કઢાવવાનું હોય તો અનુભવીઓ સલાહ આપે છે, 'સાચવજે ભ'ઈ, પીળો ચાંદલો છે' પણ, આ લખનારના મતે જૈનો જેવી ઉદાર ને મોટા મનની કોમ કદાચ બીજી કોઈ નથી. મને તો જીવનભર જૈનો જ ફળ્યા છે. એને મારો અંગત અનુભવ ગણીએ તોપણ આજ સુધી જૈનો બીજા કોઈને નડ્યા હોય એવું સાંભળ્યું નથી. યસ, ધર્મનો મામલો હોય ત્યારે જૈનો બીજા કોઈમાં માથુંય મારે નહીં એવા અહિંસક હોવાથી પ્રશ્ન અયોધ્યાના રામમંદિરનો હોય કે દેશ માટે કાપાકાપી કરવા જવાનું હોય, જૈનો માટે દેશ કરતાં ધર્મ વધુ મોટો છે. ભારે સંયમપૂર્વક તેઓ આવા સમયે પોતાની લાગણીઓ ઉપર કાબૂ રાખી મૂકે છે, જેથી જૈન-સમાજનું કંઈક થાય તો એ જ લાગણીઓ દુભાવવાના કામમાં આવે... જય જિનેન્દ્ર.

પૈસા માટે એવું કહેવાય છે કે, સિંધીઓની માફક કમાઓ,

પટેલો-લોહાણાઓની માફક ખર્ચો અને જૈનોની માફક બચાવો.. ('બામણભ'ઈની માફક ચૂકવે રાખો', એવું મારાથી તો ન કહેવાયને ?) આઠ આનાય કમાવાનું હોય તો સિંધી ગ્રાહકને ન છોડે. પટેલ આઠ આના કમાઈને પાંચની નોટ ખર્ચી નાખે પણ જૈન આઠ આના બચાવવા માટે બોરીવલી ઊતરી જાય અને મુંબઈ સુધી ચાલતો જાય.

પણ જાતે કષ્ટ વેઠીને આમ બચાવેલા પૈસાથી એ કાંઈ છોકરા માટે સારું શર્ટ ન લઈ આવે... કાં તો શૅરબજારમાં નાખે ને કાં તો દહેરાસરમાં દાન કરે ! એક તો જૈનો સાહિત્યપ્રેમી અને એમાંય સુંદર અક્ષરોના શોખીન એટલે એ બંને કળાઓ પડી ન ભાંગે એ માટે દહેરાસરમાં દાન આપીને પોતાના નામની તકતીઓ આરસપહાણમાં જડાવે. પાલીતાણાના શેત્રુંજય પર્વત પર આવેલા પવિત્ર દહેરાસરમાં તમારે ભગવાન મહાવીરનું નામ શોધવું હોય તો તકલીફ પડે પણ કલાપ્રેમી જૈન દાનવીરોનાં નામોની તકતીઓનું મહત્ત્વ તો સ્વયં ભગવાન મહાવીર પણ સમજે છે. તકતીઓ ન હોત તો ભગવાન એકલા બેઠા હોત. રહેવાનું મકાન ન મળત. આપણે ત્યાંય મકાનમાલિકો આવાં બોર્ડ લટકાવતા હોય છે... 'આ મકાન સ્વ. બાઈ જમનાગૌરી મૂળશંકરની માલિકીનું છે. તેમની રજા વિના કોઈએ ઘરમાં પ્રવેશ કરવો નહીં.'

અને એ જ તકતીના શોખીન જૈનો પોતાની જ્ઞાતિના ગરીબ જૈનોને ઊંચા લાવવા ભગવાન મહાવીર જેવું કામ કરે છે. ગરીબ જૈનોને ગુપ્તદાન કરવામાં આ જૈનો ક્યારેય પેલાના ઘરમાં તકતી નથી મુકાવતા !... જય જિનેન્દ્ર.

આ લેખમાળા લખવા માટે હું જૈન મિત્રોને મળી રહ્યો હતો, તેમાંના એકને પૂછ્યું : "દોસ્ત, જૈનો માટે લેખ લખવો છે. એમનો કોઈ પ્લસ-પૉઇન્ટ હોય તો કહેશો ?'

જવાબમાં એમણે માથું ખંજવાળીને કહ્યું, 'એમ કરો ને દાદુ... છ એક મહિના પછી મળજો.'

પણ જૈનોનો મોટો પ્લસ-પૉઇન્ટ તેમના ઘરની સ્ત્રીઓ છે. જૈનો

પૈસેટકે આટલા સુખી થયા છે, એમાં એમને ક્યાંય નહીં નડતી પત્નીઓ અને દીકરીઓનો જ ફાળો છે (છાપકામની ભૂલને કારણે આગળના વાક્યમાં 'પત્ની' પછી 'ઓ' મુકાઈ ગયું છે, તો કૃપા કરી લાગણી દુભાવશો નહીં. અમે તમને ક્યાં નથી ઓળખતા !) પણ પ્રત્યેક જૈન સ્ત્રી કે યુવતી શુદ્ધપણે ધર્મનિષ્ઠ અને સંસ્કારી હોય છે. આમ તો જૈન સ્ત્રીઓ કરતાં પુરુષો વધુ રૂપાળા-દેખાવડા હોય છે. તેમ છતાંય દસમાંથી આઠ જૈન સ્ત્રીઓ વધુ સુંદર હોય છે. કપડાં-ઘરેણાંના એમના અદ્ભુત શોખને કારણે આ જૈનીઓ ક્યારેક તો હોય એના કરતા પણ વધુ સુંદર લાગે છે. કોઈના બેસણામાં જતી જૈનીને જુઓ કડક... કડક આર કરેલી બ્લેન્ડેડ શિફોન સાડીને કારણે બેસણુંય દીપી ઊઠે છે... જય જિનેન્દ્ર !

ઘણી બહેનો પાસે તો એવી સુંદર સફેદ સફેદ બેસણામાં પહેરવાની સાડીઓનાં કબાટ જ અલગ હોય છે. 'આ પાનાચંદભાઈ જશે ત્યારે પહેરીશ... આ વળી ગુણવંતભાઈ વખતે કામમાં આવશે...!'

પણ એ જ જૈન સ્ત્રીઓનો એક ગુણ એમને બધીઓને મહાત્મા ગાંધીની હરોળમાં બેસાડે છે. સાવ જ અનુભવસિદ્ધ હકીકત કહું તો પોતાના ઘરમાં તબાહી મચાવી જનાર દુશ્મનને પણ હૃદયપૂર્વક તેમજ સાહજિકતાથી માફ કરી દેવાનો ગુણ એકમાત્ર જૈન સ્ત્રીઓમાં જ ભગવાને મૂક્યો છે. મને લખવામાં અને તમને વાંચી નાખવામાં આ જેટલું સહેલું લાગે છે એટલું છે નહીં ! બીજાને માફ કરવામાં અને ભૂલ થઈ હોય તો માફી માગી લેવામાં જૈન સ્ત્રીઓને પાવડર-ચાંદલો કરવા જેટલોય ટાઇમ નથી લાગતો.

અને દાદુ... દાદુ... બીજી જ્ઞાતિની સ્ત્રીઓ ભલે હાથમાં કડછી તપેલાં લઈને મારા વિરોધમાં સૂત્રો પોકારતી સરઘસો કાઢે, પણ જૈન સ્ત્રીઓ જેવી સ્વાદિષ્ટ રસોઈ તો જૈન પુરુષોનેય નથી આવડતી. સમગ્ર હિંદુ-જૈન કોમોમાં જૈન સ્ત્રીઓ રસોઈમાં મોખરે છે. (મોટા ભાગના 'ખાખરાઓનાં' શરીર જુઓ છો ને ?)

અને આ કોમની બીજી એક વિશિષ્ટતા. બીજી તમામ જ્ઞાતિવાળાની જેમ પોતાની જ કોમ સર્વશ્રેષ્ઠ છે, એવી જોક તો જૈનોય કરે છે (કેવી કરુણતાની વાત છે ને? હિંદુસ્તાનની તમામ જ્ઞાતિઓ સર્વશ્રેષ્ઠ. આપણે ત્યાં બીજે નંબરે આવતી એક પણ જ્ઞાતિ નથી!) પરંતુ બીજા કરતાં ફેર એટલો પડે છે કે, જૈનો અન્ય જ્ઞાતિઓનુંય જે કાંઈ સારું હોય છે તે સ્વીકારે છે. જૈનો પોતાને હિંદુ નથી કહેવડાવતા પણ હિંદુ અવિભક્ત કુટુંબના લાભો મેળવવા ઉત્સુક રહી, હિંદુઓની સારી બાજુ સ્વીકારી છે. જય જિનેન્દ્ર...

અને અંતે હળી કરી લીધા પછી માફી માગવાની સ્ટાઇલમાં... મારા તરફથી સર્વે જૈનોને મિચ્છામિ દુક્કડમ!

તા. ૧૬-૯-'૯૨

# ૪. રણછોડ... રાય કી ઈ ઈ...

'વાણિયો તો ભીંતે ચીતરેલો બી નહીં સારો...' 'શરીરે કોઢ હોજો પણ પાડોશમાં મોઢ ન હોજો...' 'કાણિયો, વાણિયો ને સ્વામિનારાયણિયો... ત્રણેયનો વિશ્વાસ ન થાય...'

બાપ રે...! બીજાને ઉતારી પાડવા માટે આપણે કેટલા ભાષાસમૃદ્ધ છીએ? તમામ જ્ઞાતિઓ માટે આવી શરમજનક કહેવતો પડેલી છે, પણ માર વધારે ખાય છે વાણિયાઓ – લક્ષણના ધોરણે!

'વૈષ્ણવજન તો તેને રે કહીએ જે, પીડ 'વધારી' જાણે રે.' એવા કટાક્ષો ખાતા વૈષ્ણવ- વાણિયાઓ જૈન વાણિયાઓ કરતાં બધી જ રીતે જુદા પડે છે. જેટલા મળે એટલા પૈસા ફેણી લેવાના કોમન ગુણ સિવાય! ખડાયતા, લાડ, મોઢ, શ્રીમાળી, પોરવાડ, કપોળ કે એવા બીજા પચ્ચી જાતના વાણિયાઓ આવી કહેવતના શિકાર બન્યા હોય તો એમની ચિંગૂસાઈ કે માત્ર પોતાનું જ કલ્યાણ જોવાની હોબીને કારણે! 'એમાં આપણને શું મળ્યું?' એ નામનો જાણીતો તમાચો ગુજરાતીઓને, વૈષ્ણવોને કારણે મળ્યો છે. મણિનગરના જવાહર ચોક ઉપર માઈકલ જેક્સન નવરાત્રી રમવા આવવાનો હોય કે ૬૫ વર્ષના ડોહા મનમોહન દેસાઈને પરણેલી ૫૭ વર્ષની ફિલ્મ અભિનેત્રી નંદા 'મા' બનવાની હોય, તો હરખ કરવા જતા પહેલાં વાણિયો એ વિચારે કે, 'એમાં આપણને શું મળ્યું?' ભારતના ધુતારા ઉદ્યોગને જીવંત રાખવા માટે વાણિયાઓનું બલિદાન મોટું છે... વાણિયો ધુતારાઓને ભૂખ્યા સુવાડે ખરો, પણ ભૂખ્યા ઉઠાડે નહીં!

અલબત્ત, વચમાં એક ધુતારો-મિત્ર મળ્યો હતો એ જરા ઉદાસ હતો. મને કહે, 'અમે ગામ આખાનું કરી નાખીએ, પણ વાણિયાઓ અમારું કરી જાય છે... ધુતારા હોય ત્યાં વાણિયા ભૂખે ન મરે !'

મજાક-ઠઠ્ઠા પૂરતી આ વાતો બરોબર હશે, પણ વાસ્તવિકતામાં આ તમામ વૈષ્ણવો સાવ નિરુપદ્રવી માણસો છે. લગભગ હસતા જ હોય ! પેલી કહેવત તો એમના જ કોઈ બીજા વાણિયાએ પાડી હશે. બાકી પાડોશમાં મોઢ હોય કે ખડાયતો, જરૂર પડે તો (એને અને આપણને...), શરીરનો કોઢ કાઢવા પાડોશીઓને પોતાની ચામડીનુંય દાન કરી દે... જે કાંઈ ચાર્જ થતો હોય એ લઈને ! પણ હું તો આખેઆખી લાડિયા-ખડાયતા વાણિયાઓની પોળમાં ઊછર્યો છું એટલે જાણું છું કે, પાડોશનાં મકાનોમાં આપણાથી રહેવા જઈ શકાય એમ ન હોય તો ત્યાં વાણિયા ગોઠવવા વધુ સારા ! આમ તો આપણે અડધી રાતે જરૂરય શું પડે, પણ રાત્રે ૮-૯ વાગ્યામાં તો ઘસઘસાટ ઊંઘી જનારા વાણિયાઓ અડધી રાત્રે છેવટે અડધી મદદ કરવાય આવે ખરા ! સાચું પૂછો તો બ્રાહ્મણો માટે એમને અપૂર્વ મહોબ્બત છે. બીજી કોઈ કોમ બ્રાહ્મણોનો આટલો આદર નથી કરતી. હિંદુઓની તમામ કોમોમાં જે ચાર-પાંચ ઉચ્ચ સંસ્કારી કોમો છે, એમાં બેશક, બેશક, બેશક વાણિયાઓનો નંબર જ એકથી પાંચમાં ક્યાંક આવે ! પાડોશ વાણિયાઓનો હોય તો તમારા છોકરાંઓય ભણતાં સારું શીખે કારણ કે, નાગરો પછી શિક્ષણને સૌથી વધુ મહત્ત્વ આપ્યું હોય તો આ પ્રજાએ !

જોકે, એમના પાડોશના ગેરફાયદાય આપણા છોકરાઓને જ સહન કરવાના આવે...! ન તો આપણાં ભટુરિયાંઓને ગંદી ગાળો શીખવા મળે કે ન તો દુશ્મનને ગાલે કચકચાવીને બે થપ્પડ ચોઢતાં આવડે...! વાણિયાનો દીકરો કોઈને થપ્પડ મારવા માગતો હોય તો કોઈ પટેલના હાથમાં પાંચની નોટ પકડાવીને ડરતાં ડરતાં કહેશે, '...વાગે નહીં એમ મારજે... અને... વધેલા પૈસા પાછા આપજે !'

બહાદુરી-ફાદુરીમાં વાણિયાઓનું કામ નહીં, બૉસ! સ્વયં ગાંધીજી પણ ક્યાં ચર્ચિલના ગાલે બચકું ભરવા ગયા હતા? સદ્દામ હુસેન મોઢ વાણિયો હોત તો રશિયા-અમેરિકા આજેય લડતા હોય ને પેલો આરામથી કુવૈત પર રાજ કરતો હોત! બુદ્ધિ એમ કાંઈ બધાને થોડી મળે છે? ક્યારે ઘા કરવો (સૉરી, કરાવવો) એ વાણિયા પાસેથી શીખો!

દરબારોના ગામમાં ડફેરો ત્રાટક્યા. બાપનું રાજ છે કે દરબારોનું કોઈ કાંઈ લઈ જાય? દરબારોએ સામનો કર્યો એમાં ડફેરો ભાગી ગયા પણ એક પકડાયો. આખું ગામ તૂટી પડ્યું એના ઉપર. આખા ગામમાં એકમાત્ર વાણિયો ન્યાલચંદ રહે. એણે વિચાર્યું કે 'આમ તો આખી જિંદગીમાં કોઈને મારવા મળવાનું નથી, આ મોકો છે. કોઈને ખબરેય નહીં પડે!' એટલે હાથ સાફ કરવા ન્યાલચંદ રણછોડરાયનું નામ લઈને ભીડમાં ઘૂસી, પેલા ડફેરને એક ટપલી મારી આવ્યો. ઘેર આવી શ્રીનાથજી બાવાના ફોટાને પગે લાગી, ગોદડું ઓઢીને સૂઈ ગયો તે ઠેઠ બીજે દિવસે સાંજે ભાનમાં આવ્યો.

આ બાજુ અધમૂઓ થઈને ગામના ચોરે બેભાન પડેલો ડફેર લાંબા સમયે ભાનમાં આવ્યો. દરબારોએ દયા ખાઈ એને પાણી-પાણી આપ્યું... (પાણી જ... બાણી નહીં...! બાણી તો 'સૂરજ ઢલને કે બાદ હમ ઓર કુછ નહીં પીતે...!') મૂંઝાયેલા ડફેરને પૂછ્યું, 'કાં આટલો મૂંઝાયેલો દેખાશ?' ડફેર કહે છે, 'મને બીજી તો કાંય મૂંઝવણ નથ... પણ ઓલું આવડું અમથું વાણિયું મને ટપલી મારી ગિયું... ઈ હાળું જીરવાતું નથી...વાણિયાંવ હાળાં ટપલાં મારતાં થઈ જાય... ઈ કિયાંથી સહન થાય?'

કહેવાય તો બંને વાણિયાઓ, પણ રણછોડરાય જાણે કે વાણિયો મરી જાય તોપણ પોતાની દીકરી જૈનમાં ન પરણાવે! બંને કોમો વચ્ચે ફરક માત્ર ધર્મઝનૂન અને ધર્માંધતાનો જ છે, પણ વૈષ્ણવો માટે એમના ઠાકોરજી, શ્રીનાથજીબાવા, શ્રી વલ્લભાચાર્યજી, નટવરલાલજી,

મહાપ્રભુજી, રણછોડરાયજી ('શ્રીકૃષ્ણ' એટલું જ બોલો, એમાં આ બધું આવી ગયું !) જેટલો જ ભક્તિભાવ એમના મહારાજો પામે છે. મહારાજનું છોકરુંય આઠ વર્ષનું હોય તો એના પગમાં આળોટતા, રડી પડતા, ચૂમતા ડૉક્ટર-વકીલ કે ચાર્ટડ એકાઉન્ટન્ટ વાણિયાઓને આ લખનારે જોયા છે. લાખ-બે લાખ મળતા હોય તો એના પગમાં પડી જવાની આપણી બી તૈયારી હતી, પણ 'ભગવાન' અર્ધી ઊંઘમાં હતા એટલે માંડી વાળ્યું !

વળી, મહારાજો તો સાક્ષાત્ કૃષ્ણસ્વરૂપે પ્રગટ થયા હોવાથી ગોપીલીલા સાહજિક કહેવાય. પોતાના પતિ કે મા-બાપના પગે નહીં લાગનારી કેટલીક વાણિયણો મહારાજશ્રીના ચરણસ્પર્શ કરી પોતાનાં પાપ ધોતી આવે (ને મહારાજનાં વધારતી આવે !)

પણ બાકીના મોટા ભાગના વૈષ્ણવોની ફક્ત ભગવાન શ્રીકૃષ્ણમાં જ રસભક્તિ છે. પૈસાની ખોટ તો ઉપરવાળો પૂરી પાડવાનું જ ભૂલી ગયો છે... અને એને યાદ ન આવી જાય માટે વાણિયાઓ આદરપૂર્વક નાથદ્વારા કે કેસરિયાજીની નિરંતર યાત્રાઓ ક્રરે રાખે છે, પણ મધ્યપ્રદેશમાં ચંપારણની યાત્રા એક વાર થઈ જાય, પછી ઘઉંમાં જેટલા કાંકરા ભેળવવા હોય એટલી છૂટ !

આ કંઠીવાળાઓને ગળે બીજુંય કંઈ પડેલું છે... એમની સ્ત્રીઓ ! વણિક સ્ત્રી મોટે ભાગે ઠીંગણી અને નમણી ! ૫૦ ટકા વાણિયણો રાધા જેવી પવિત્ર સુંદર... અને બાકીની ૫૦ ટકાની સુંદરતાને એમના પતિ સિવાય બધા વખાણતા હોય ! પણ પૂરેપૂરી ૧૦૦ ટકા વાણિયણો એમના વરો જેવી 'ભોળુડી અને ભલુડી' ! એ સિવાય વાત કરવાની હોય તો એમની સ્ત્રીઓ પરણે પછી શરીરના મામલે અડધો-અડધ સાચવવી અઘરી પડી જાય એવી વિકસે ! થેપલાંને એ લોકો 'ચાનકી' કહે છે... એટલે એ આકાર વધુ માફક આવ્યો છે. કોઈ પણ વાણિયણ પરણીને ઓછામાં ઓછું પાંચ તોલા સોનું તો લેતી જ આવે એ હિસાબે દેશની દહેજ-ડાઉરીમાં વાણિયાઓ માત્ર

પાંચ જ ટકા ફાળો આપી શક્યા છે. ઘેર ઘેર ધંધો ને એમાંય પતિદેવને છ મહિને ક્યાંક ફરવા લઈ જવાની વિનંતી વાણિયણ કરે એટલે ભ'ઈ સ્કૂટરની કિક મારીને ફેમિલીને સીધા લઈ જાય નરોડા કે અસારવાની બેઠકે... પત્યું ?

'તો પછી બીજે ક્યાં જવાય...? એમાં આપણને શું મળે ?'
રણછોડ રાયકીઈઈ ? જે...!

*તા. ૨૩-૯-'૯૨*

# ૫. ઠક્કર... ઠક ઠક ન કર

તમારી ઑફિસમાં કે ઘરની બાજુમાં કોઈ ઠક્કર, માખેચા, ગણાત્રા, કોટક, કારીયા, તન્ના, પોપટ કે માધવાણી છે ?... છે ને એકદમ ગોરો ચીટ્ટો, લાંબા-અણિયાણા નાકવાળો, બારેમાસ હસહસ કરતો... અને તમારો રૂપિયોય છોડે નહીં એવો ?

એ બધા લોહાણા કહેવાય !

લોહાણા સ્ત્રીઓ વિશે તમને પાછું બહુ પુછાય નહીં, કેમ કે સ્ત્રીઓના મામલે તમે જ્ઞાતિ- જાતિના ભેદભાવો રાખો એવા નથી... બહુઉ મોટું મન !

અલબત્ત, લોહાણી સ્ત્રીઓ વિશે તમે એવો 'સોફ્ટ-કોર્નર' રાખવા જાઓ તો તમારું કાંઈ ઊપજેય નહીં ! 'બેન-બેન' કહીને ધીમે ધીમે સંબંધ વધારી શકાશે, એ વાતમાં માલ નહીં. લોહાણી પોતાની જ્ઞાતિવાળા સિવાય, ચેઈન્જ ખાતર પણ બીજે ક્યાંય પરણવાની નથી ને તમે ખુદ લોહાણા હો તો પણ એની પાસે પહોંચી શકો, એવું માની ન લેવું... પ્રોપર ચૅનલ જ જવું પડે !!

યસ ! બીજે બધે રામલીલાઓ ચાલે છે એવું નથી પણ, બીજી કોઈ પણ કોમની સ્ત્રીઓ કરતાં આ લોહાણીઓનું ચરિત્ર વધુ શુદ્ધ – વધુ ઊંચું ! એમના પતિદેવો – ભલે કારણ આળસનું હોય, પણ પત્ની પ્રત્યે વફાદારી પૂરા ૨૪ કૅરેટની...! એ લોકો વેચે છે એવા ઘી જેવી નહીં !!

એકેય અપવાદ જ ન નીકળે એવી એક-બે ચીજો તમામ લોહાણીઓને લાગુ પડે છે.

એક તો એમની સ્ત્રીઓ સાવ સોફ્ટ અને ગુલાબી ગુલાબી ચામડીવાળી હોય ! કાં તો ગુલાબી હોય ને કાં પછી દૂધ જેવી ધોળી ધબ્બ ! ત્રીજો કોઈ કલર કે શેડ જ જોવા ન મળે ! ગુલાબના ફૂલને સદીઓ પહેલાં કોઈ લુહાણા યુવતીનો ગાલ અડી ગયો હશે, નહીં તો ગુલાબ આટલું ગુલાબી શેનું થાય ? ફૂલોને પોતાને 'ફેસીયલ' કરાવવું હોય તો... ચમનમાં એમના આવવાની રાહ જોવી પડે !

બસ – એ બધી માર ખાઈ જાય છે ત્રણ ચીજોમાં ! સાઇઝની ગરબડ ઠેઠ એમના પૂર્વજોના વખતથી ચાલી આવતી હશે પણ ૯૦ કે ૯૧ કે ૯૨ ટકા નહીં. પૂરેપૂરી ૯૮ ટકા લોહાણીઓ સાવ બટકી...! ઉપર નીચેથી તાણીને ખેંચાવવાની જ રહી ગઈ હશે ! આ જ કારણે કોઈ પણ લોહાણીને નીચું જોવું પડતું નથી... બીજાઓ પાસે જોવડાવે છે !

બીજું હેર ડાઈ વાપર્યા વિના તો કાંસકોય ધોળો થઈ જાય એટલી હદે વાળ ધોળા થઈ ગયા હોય, નાની ઉંમરમાં !

અને ત્રીજું, ઘરમાં સાસુ-સસરાનો સેટ અકબંધ પડ્યો હોય ત્યાં સુધી બિચારીઓને માથે ઓઢવાનું, બહાર ગમે તેવા સોટા મારતી ફરે, પણ ઘરે તો ડ્રેસ-બેસ નહીં જ પહેરવાનો... આજથી ૪૦૦ વર્ષ પહેલાં બીજી બધી સ્ત્રીઓ સહન કરતી હતી તે લવાણીઓ આજેય કરે છે.

પણ સાસુ-સસરાવાળો પૂરો બદલો એ લોકો પતિઓ ઉપર પૂરી મીઠાશથી વાળે છે. નહીં, પતિદેવોને માથે ઓઢવા-ફોઢવાનું કે રૂઢિગત ડ્રેસીઝ પહેરવાનું કે પછી બીજું બધું એ લોકો કરાવતી નથી, પણ નાગર સ્ત્રીઓની માફક લોહાણીઓનો પણ પતિદેવો ઉપર પૂરેપૂરો કાબૂ ! પેલો જરાય આઘોપાછો થઈ ન શકે. બેમાંથી એકેય જ્ઞાતિમાં આ બાબતે એકેય અપવાદ ન મળે !

કમ્માલની વાત તો એ છે કે, લોહાણી સ્ત્રીઓને જેટલું રૂપ ચઢ્યું એટલું ભણતર નથી ચઢ્યું છતાં બિઝનેસ તો એમની નસનસમાં ચઢી ગયો છે... માંદી પડે તો ગ્લુકોઝને બદલે બીઝનેસના બાટલા ચડાવવા પડે.

ખ્યાલ આવ્યો કાંઈ ? એક તો ડિસ્ટિલ્ડ વૉટર જેવું શુદ્ધ ચરિત્ર,

એમાંય ચહેરો હૉસ્પિટલના પલંગની સફેદ ચાદર જેવો સ્વચ્છ અને એમાંય પતિદેવો વૉર્ડબૉયની માફક હુકમના તાબેદાર એટલે મજાલ છે કે ઘરની બહાર બીજે ક્યાંય ડાફરિયાં મારી શકે ? ઘણા તો 'લેસર ઈવિલ' તરીકે ધંધામાં વધુ ધ્યાન આપી, બે ઘડી પોતાના ઘરમાં ય ફરી મારતા નથી ! લોહાણા સ્ત્રીઓની ખુમારી અને એમના પતિદેવોની શિથિલતા રહસ્યમય છે, એ જોઈને જ વડોદરાના કવિ બાલુ પટેલે આ શે'ર લખ્યો હશે...

*'કાં તો હરણને કોઈનું પીઠબળ મળ્યું હશે,*
*કાં તો હવે સાવજના ડણકવામાં ફરક છે.'*

ભેજામાં ઊતરતી જ નથી એ વાત એટલી કે, આ ઠક્કરો, રૈયા, જોબનપુત્રા, પૂજારા, સોમૈયા, રાજા, વસાણી બેટાઈ, ચંદારાણા, રૂપારેલ (વાઉ... યાદ આવી ચન્ના રૂપારેલ ?) માનસેતા કે મજીઠિયા હોય, તમામ લવાણાઓ મૂછો શા માટે રાખતા હશે ? એ વાત સાયન્સ ભલે સમજી શક્યું ન હોય, પણ ઈતિહાસ સમજે છે. જોનારાને હસવું આવી જાય એટલી મૂછો તો માંડ ઊગતી હોય છતાં, મૂછ વિનાનો લવાણો જોવા નહીં મળે ! મજાકમસ્તી પૂરતી મૂછો રાખવી બરોબર છે. બાકી જે મૂછો નથી રાખતા એમની પત્નીઓ મર્દાનગીથી ભરપૂર હોય માટે ભયના માર્યા નથી રાખતા.

આગળ 'ઈતિહાસ' શબ્દ વપરાયો એમાં હેતુ આ કોમની શૂરવીરતા પ્રગટ કરવાનો હતો. મૂછ ભલે ઊગું ઊગું કરીને પાછી ઊંડી ઊતરી જતી હોય એવું લાગે પણ, છાતી ઉપર તો રોજ રીંછ હાથ ફેરવવા આવતું હોય એટલા વાળ લોહાણાઓની છાતી પર હોય ! મૂછ પણ ત્યાંથી જ ઉઠાવેલો ચોરીનો માલ લાગે ! પણ એ બંને મર્દાનગીના પ્રતીકો લટકાવીને ફરવાનો આ કોમને હક છે. ભાયડાઓ છે ભાયડાઓ ! શૂરવીરતા એમને ગળથૂથીમાંથી મળી છે. એકની સામે પાંચ આવીને ઊભા રહે તો વાણિયો એ પાંચેયના હાથમાં પાંચ-પાંચની નોટ પકડાવીને જીવ બચાવે, નાગર આદત મુજબ ભાગી જવાનો રસ્તો પેલા પાંચને જ પૂછે, વખાણ કરતાં કરતાં... પટેલ

એમાંના એક-બેને અડબોથ ઝીંકી દઈ બાકીનાઓને ગાળો બોલી ભગાડે પણ લોહાણો એ પાંચે પાંચને ઢાળી દેવા માટે ધંધાનો ટાઈમ ખોટી થતો ન હોય તો પોતાનો જાન આપી દે પણ ભાગે નહીં ભાયડો ! પાકિસ્તાનમાં આજે પણ લોહાણાઓનાં દસ હજાર ઘર છે... આપણે તો કાશ્મીરમાંય એક ઘર બનાવી શકતા નથી. ત્યારે ઈસ્લામાબાદની હાઈકોર્ટના ન્યાયાધીશ તરીકે આજે પણ એક ઠક્કર બેઠા છે. ઝીણાભ'ઈ પૂજાભ'ઈ નામના એક મૂળ લોહાણાનો દીકરો પાકિસ્તાનનો રાષ્ટ્રપિતા બન્યો, જનાબ મોહમ્મદઅલી ઝીણા ! લોહાણાઓ આ કિસ્સા પૂરતા ભારતને માથે પડ્યા કહેવાય તો બીજી બાજુ મયૂર માધવાણીને પરણી ફિલ્મ સ્ટાર મુમતાઝ... રામ જાણે કોણ કોને માથે પડ્યું કહેવાય !!

અને હાઆઆ...! લોહાણાઓ પાછા એકબીજાને માથે પડવા માટેય પૂરા સમર્થ છે. અંધશ્રદ્ધા અને કુરિવાજોને કારણે હિંદુસ્તાનની અન્ય કોમો કરતાં લોહાણા યુવતીઓમાં આત્મહત્યાનું પ્રમાણ ઘણું ઊંચું છે અને એટલે જ અથવા તો તેમ છતાંય એ લોકોમાં 'વર' કરતાં 'બીજવરો' (બીજી વાર પરણનાર)નું પ્રમાણેય તગડું છે... અને એટલે જ, લોહાણા પુરુષો ભરજવાનીમાં સિંહની છાતીવાળા હોય છે, એ અડધે પહોંચતા સુધીમાં તો અધમૂવા થઈ ગયા હોય છે. બીજવર કેટલું ખેંચે ?

પણ પોતાને ભારે પડવાવાળી વાતમાં, લોહાણા જ્ઞાતિની એક લેડી ડૉક્ટરે પોતાનું નામ નહીં આપવાની વિનંતીથી મને કહ્યું, 'ખાસ લખજો... લોહાણાઓનો કોઈ'દિ વિશ્વાસ ન થાય... અમે લોકો અંદરોઅંદર પણ એકબીજાનો વિશ્વાસ નથી કરતાં ત્યાં બીજાઓ તો ક્યાંથી કરે ?'

કહેવાય છે કે ઘેરથી પૂરેપૂરી અક્કલ અને ખિસ્સામાં પૂરા પૈસા લઈને નીકળ્યા હો, તો જ લોહાણા વેપારીની દુકાનમાં જવાય ! સિંધીઓ પણ લોહાણા પાસે ફેઈલ જાય છે...

નામદાર આગાખાન, ફેઈમ ખોજાઓ પૈકીના મોટા ભાગના વટલાયેલા લોહાણાઓ છે. મુસ્લિમોના 'રીફાઈન્ડ' વર્ગોમાં ખોજાઓનું

નામ છે.

ઓછા ભણતરે એમને કલાકાર નથી બનવા દીધા, પણ 'સેન્સ ઑફ હ્યુમર' તો છાતીના વાળની માફક દરેક લોહાણા પાસે ઢાંસુ બ્રાન્ડની! સ્ત્રીઓમાં તો એમના પુરુષોથીય ઊંચી અને સૂક્ષ્મ! એક યુવતીએ કહ્યું, 'લોહાણાઓના ઘરમાં કદી પણ કપડાં ધોવામાં વપરાતી ગળી જોવા પણ ન મળે... ગળીને બદલે એ લોકો 'પતિ' વાપરે છે!'

એ જ રીતે એમનાં નામોમાંય ઠેકાણાં નહીં! હર્ષદ, ઘનશ્યામ, યોગેશ, ભરત, નટવર, મોહન, વસંત કે ગિરીશ નામની તો અડધી નાત હોય! યુવતી અલ્ટ્રા મૉડર્ન હોય પણ નામ હોય સવિતાગૌરી કે હસમુખબેન!

પણ સમગ્ર હિંદુ કોમ એક બાબતે આ લોકોની સદાય ઋણી રહેશે, એમના સંતોથી! ૭૩ સંતો તો મેં ગણ્યા છે! વીરપુરના જય જલારામ બાપાની ભક્તિ મારી પત્નીને ફળી કે નહીં એ તો એ જાણે, પણ એમની ભક્તિને કારણે જ હું એને મળ્યો એવી એક લોકકથા છે. સ્વામિનારાયણ સંપ્રદાયના પરમપૂજ્ય ગુરુજી અક્ષરવાસી યોગીજી મહારાજ, ભિક્ષુ અખંડ આનંદજી, જલા બાપાનો બીજો અવતાર મનાતા જસદણના પૂ. હરિરામ બાપા કે પછી હાથીજણ આશ્રમના શ્રી લાલબાપુ હોય, સમાજને કાંઈક ને કાંઈક આપ્યું જ છે... અને જ્યાં આવા સંતો થયા હોય, એ કોમ તો સંસ્કારી જ હોય ને?

જય જલારામ.

તા. ૩૦-૯-'૯૨

# ૬. સરદારજીઓની મશ્કરી કરાય?

'સદ્દગત સ્વભાવે મિલનસાર, હસમુખા અને ધર્મપરાયણ હતા. તેઓ પોતાની પાછળ પત્ની, બે પ્રતાપી પુત્રો ધાંધલ અને ધમાલ તેમજ પુત્રી મસ્તાનીને વિલાપ કરતી મૂકી ગયા છે. સદ્દગતશ્રીએ ૨૨ વર્ષની તેમની કારકિર્દીનો છેલ્લો લેખ 'સરદારજીઓ' ઉપર લખ્યો હતો...

પ્રભુ તેમના આત્માને શાંતિ આપે.'

આ લેખ લખવામાં નાની અમથીય એક ભૂલ થઈ ગઈ તો, આવતીકાલના 'ગુજરાત સમાચાર'ના છેલ્લા પાને, જાહેર ખબરોમાંથી જગ્યા બચતી હશે, તો ઉપરોક્ત સમાચાર છપાય એવી સંભાવના ખરી!

સરદારજીઓ વિશે લખવા માટે હિંમત અને હાઈટ-બૉડી સરદારનાં હોવાં જોઈએ, જ્યારે હું તો બહુ ફોસી માણસ છું.

પણ જાતનો શુદ્ધ બ્રાહ્મણ. એટલે ક્યાંક ને ક્યાંક કોઈને કંઈક હળી કરવા તો જોઈએ જ! આ લેખમાંય સરદારોની એમને બહુ ખબર ન પડે એમ 'ખેંચવાની' તો છે જ... માટે, આપ સહુને મારા ઝાઝા ઝુહાર!

આ ઉપર લખી છે, એવી ઘણીબધી ફાલતુ જોક્સ આજ સુધી તમે બધા (હું નહીં) સરદારજીઓને નામે ચલાવતા રહ્યા! 'બારા-બજે' તો જાણે આપણો 'નેશનલ જોક' હતો. ૪૦૦ વર્ષથી સરદારજીઓને તમે મજાકનું સાધન બનાવી દીધું હતું!

પણ હવે કરોને એવી મજાક મસ્તી સરદારો ઉપર ! હવે ખુશવંતસિંઘ નામના એક સરદારજી સિવાય બીજું કોઈ સરદારજીઓની મશ્કરી કરી શકે છે ? ગુજરાતીઓ વહેલા સમજી ગયા, અડપલાં કરવા તો જોઈએ પણ મહીંથી પાછાં પોલાં એટલે બુદ્ધિ વાપરીને સરદારજીઓ ઉપરની તમામ જોક્સ 'કાકાઓ' ઉપર ટ્રાન્સફર કરી નાખી... 'બે કાકાઓ ચેસ રમતા હતા...' જોક પૂરો. કાકાઓ ન સમજે પણ સરદારો સમજવા માંડ્યા છે. ('બાત યહાં તક પહુંચી હૈ ?')

સોપો પડી ગયો છે સોપો. બે ગુજ્જુઓ ખડખડાટ હસતા હોય ને સામેથી કોઈ સરદારને આવતો જુએ તો હસતા અટકી જાય છે, 'પેલો પોતાનું ના સમજી બેસે માટે !'

આપણે બધા તો ઠંડા પડી ગયા છીએ, પણ ખુદ સીખ્ખોય કેમ આટલા સીરિયસ ? ('શીખ' નામનો કોઈ શબ્દ જ નથી. 'સીખ' અથવા 'સીખ્ખ' મૂળ સંસ્કૃત શબ્દ 'શિષ્ય' પરથી બન્યો છે. પણ ગુજરાતનો એકેય લેખક-પત્રકાર આટલું જાણવાની મહેનત કરતો નથી... ક્યારેક કોઈ 'શીખ' ભટકાઈ જશે, પછી કરશે !) યહૂદીઓ (Jews) કરતાં પણ પોતાની ઉપરની ક્રૂર મજાકો હસી કાઢનારા સીખ્ખોના મગજથી હજી ડરી શકાય એમ છે, છતાં દેશ આખો એમનાં બાવડાંથી કેમ ડરવા માંડ્યો છે ?

ઐસા ક્યું ?

કારણ છે એનું.

આજથી ૪૦૦ વર્ષ પહેલાં મોગલ-જોકર ઔરંગઝેબે મારી મારીને કાશ્મીરી પંડિતોને મુસલમાન બનાવવા માંડ્યા. એમને બચાવવા માટે સીખ્ખોના ૯મા ગુરુ તેગ બહાદુરે જાનનું બલિદાન આપ્યું. પણ એ જમાનામાંય ઔરંગઝેબમાં કૉંગ્રેસી લોહી હશે એટલે વચન આપીને ફરી ગયો. કાશ્મીરી પંડિતો પર અત્યાચારો ચાલુ રહ્યા. છેવટે, એ લોકોને ફરી બચાવવા, પોતાની કાંઈ લેવાદેવા ન હોવા છતાં, માત્ર માનવતાને ખાતર ગુરુ તેગબહાદુરના પુત્ર ગુરુ ગોવિંદસિંહે

મોગલો સામે તલવાર ઉપાડી, જંગનું એલાન કર્યું.. માત્ર બીજાને ખાતર !

— આ વાતને વચમાં કાપી, આ વાત સાથે સંકળાયેલો એક લોથલ-જોક મૂકી જોઈએ.

રામભક્ત હનુમાન હિંદુ હતા એ પુરવાર કરવાની તો જરૂરત જ હોય નહીં તેમ છતાંય હનુમાનજી તો તમામ કોમો માટે લાડકા અને પૂજનીય છે, એમાં એક મુસલમાને દાવો કર્યો કે, 'હનુમાન મુસલમાન હતા. અમારામાં રહેમાન, સુલેમાન કે મુસલમાન શબ્દો આવે છે, તો હનુમાન પણ મુસલમાન !' સરદારજીએ કહ્યું, 'ઓય સત શ્રી અકાલ...!' વો તો હો હી નહીં સકતા... હનુમાનજી તો સરદારજી હતા. કાંઈ પણ લેવાદેવા વગર, બીજાની પત્નીને બચાવવા, દરિયા ઉપર ઠેકડો મારે, ગાંઠનું પેટ્રોલ બાળે, પોતાનું પૂંછડું હળગાવે... એ તો સરદાર જ હોય ને ?'

એટલે, કાશ્મીરી પંડિતોને બચાવવા, માત્ર માનવતા ખાતર પોતાની જિંદગીનું બલિદાન ગુરુ ગોવિંદસિંહે પણ આપ્યું...

અને એ જ સીખ્ખોને ૪૦૦ વર્ષ પછી દિલ્હીમાં કાશ્મીરની જ એક કાશ્મિરી પંડિતાઈન નડી ગઈ. 'ઑપરેશન-બ્લ્યૂસ્ટાર'ના વાવટા હેઠળ સીખ્ખોના પવિત્ર સુવર્ણમંદિરમાં લશ્કરનો પ્રવેશ થયો. જગતભરના સીખ્ખો ચોંકી ગયા. પોતાને અસલામત 'ફીલ' કરવા લાગ્યા. આજે પણ, ખાલિસ્તાનને ટેકો નહીં આપનાર ભણેલો-ગણેલો સીખ વર્ગ સુવર્ણમંદિરના પ્રશ્ને નારાજ છે, દુ:ખી છે. સરકારે પણ એમને ખભે હાથ મૂકી કોઈ આશ્વાસન ન આપ્યું...

બસ, ત્યારથી બધી સીખ-મજાકો બંધ થઈ ગઈ...!

પણ... એનો મતલબ એ નહીં કે, એ લોકોએ આનંદ, રમૂજ કે ખેલદિલી ગુમાવી છે. ઘડિયાળ જોવા માટે હાથનો વાડકો ઊંધો કરવાના કાર્યક્રમો આજેય ચાલુ છે... મનમોહનસિંઘનું નામ નથી સાંભળ્યું ? એ જ કાશ્મીરની પંડિતાઈન કહે તો ઝાડુ મારવા તૈયાર

માજી રાષ્ટ્રપતિ ઝૈલસિંઘજીએ તો પોતાની છાપ સુધારવા, ઝાડ પર બેઠેલા નાગા બાવાની, પોતાના લમણા પર લાત ખાતા ફોટાય છાપાઓમાં છપાવ્યા છે. પણ... ગુજરાતમાં વસતા ૫૦-૬૦ હજાર સીખ્ખોમાંથી કોઈ બે-ચારનેય ઓળખતા હો તો, ગભરાયા વિના એકાદ વખત એમનીય કાછડી તમે ત્યારે ખેંચી જુઓ, બૉસ ! (કંઈ થાય તો અમે બેઠાં છીએ ને ?...) સરદારજી પોતાની ઉપરની મજાકમાંય ખડખડાટ હસશે ને તમારે ખભે ધબ્બો મારી એવો જ બીજો જોક પણ સંભળાવશે ! અલબત્ત, આવા ધબ્બાબબ્બા ખાવા નહીં... એક પંજાબી હાથ પડશે તો નવા તૈયાર ખભા તો પંજાબમાંય નથી મળતા !

ખભો તો માય ગ્ગૉ.ડ... સરદારનીનોય બહુ ભારે ! વિરાટ કોમ્પ્રેસિવ સ્ટ્રેન્થના ખભા ધરાવતી સરદારનીઓ, સમગ્ર શરીરમાં હૃદય સિવાયનાં તમામ બાંધકામો ભારે ખડતલ ધરાવે છે. ૧૫ જ વર્ષની સીખ્ખ છોકરી પાસે આપણી ૩૫ વર્ષની ગુજરાતણ તો એની દીકરી જેવી લાગે ! ત્રણેક પટલાણીઓ ભાંગો ત્યારે એમાંથી માંડ એકાદ સરદારની બને, એવી તંદુરસ્તી લગભગ તમામ સીખ્ખ સ્ત્રીઓને મળી છે. હાઉસિંગ બોર્ડના આપણાં મકાનો કરતાં વધુ મજબૂત બાંધકામ...! 'દેખ ઈસકે મસલ, ઘી ખાતી હૈ અસલ...!' ગુજરાતમાં તો જ્યાં રહેતી હોય ત્યાં આડોસ-પાડોસમાં સરદારની રાણીની માફક રાજ કરતી હોય, એટલી લોકપ્રિયતા...! પોતાના ઘરમાંથી સરદાર સિવાય કોઈ બી ચીજ એમને લઈ જવાની છૂટ ! ગુજરાતણો મેક-અપ શીખવા સરદારણો પાસે જાય છે, કારણ કે, ગુજરાતણો વર્ષમાં જેટલું સિંગતેલ પી જાય છે એટલી તો આ લોકો લિપ-સ્ટિક ખાઈ જાય છે (અડધી સરદારોના પેટમાં જવાનીને !?) પંજાબમાં ઘઉં-બાજરા કરતાં લિપ-સ્ટીકની ખેતી વધુ થાય છે... પણ પરિણામ તો જુઓ, પાપે ! મોટા ભાગની સરદારનીઓનો ચહેરો ચીઝ સેન્ડવીચ જેવો મુલાયમ...! એટલે કે, ચહેરા પર જે કાંઈ લગાવવા ચોપડવાનું હોય તે બધું છૂટે

હાથે ચીઝની માફક ચોપડવાનું. એમાં કંજૂસાઈ નહીં! ક્યારેક તો શરીર પણ દેખાય નહીં એવા લથબથ ઘરેણાંથી છલકાતી સરદારણ જેવું, 'સ્ટાયરિશ ઇંગ્લિશ' બોલતાં બીજી બહુ ઓછીઓને આવડે છે. સિંધી સ્ત્રીઓની જેમ ભડક રંગના કે ચમકદમકવાળા ડ્રેસીઝ કે સાડીઓ સરદારનીઓ નથી પહેરતી... આછા રંગો એમનેય ગમવા માંડ્યા છે. પણ ત્રણ બાબતોમાં દુનિયાભરની સરદારનીઓ સરખી!

એક તો સાવ સાદી હેર સ્ટાઇલ. લોખંડનું કબાટ ખોલવાના હૅન્ડલની જેમ ચોટલો વાળીને માથામાં ઉપર ગમે ત્યાં ભરાવી દીધો હોય! બીજું, પતિ માટે બલિદાનની કક્ષાનો પ્રેમ (એમાં જોકે, ઘણા સરદારો ગૂંગળાઈ મર્યા છે!) અને ત્રીજું, લગભગ પ્રત્યેક સરદારણી નવા વિચારોવાળી, વિશ્વના સમાચારોથી વાકેફ રહેનારી અને બહુ જલદી ગુસ્સે થઈ જનારીઓ હોય છે! એમના નામની પાછળ આપણી જેમ 'બેન' નહીં, પણ 'કૌર' લાગે છે. 'ગુરપ્રિત કૌર, મનજીત કૌર, કુલદીપ કૌર...' હા, પુરુષ-સ્ત્રીની હેરસ્ટાઇલની માફક એ લોકોના સ્ત્રી-પુરુષોનાં નામેય સરખાં!

પણ એવી સમાન બાબતો તો જગતભરના સરદારોનેય લાગુ પડે છે.

તમને કોઈ પતલો સરદાર જોવા નહીં મળે, સિગારેટ પીતો કે ભીખ માગતો, પરસ્ત્રી સામે બૂરી નજરથી જોતો કે બીજાના ધર્મને નીચો ગણતો સીખ્ખ ક્યારેય જોવા નહીં મળે! આ એક જ કોમ એવી છે, જેમાં વાણિયા-બ્રાહ્મણ કે પટેલ જેવી છૂટક છૂટક જ્ઞાતિઓ જ નહીં, બધા સીખ્ખ સરખા! એમને ત્યાં અનામત-આંદોલન શક્ય જ નથી. તપ, તપસ્યા કે જાહેર-ઉપવાસોનાં નખરાંને બદલે, પવિત્ર ગુરુગ્રંથસાહેબને પ્રણામ કરીને સાચા અર્થમાં 'કર્મનો સિદ્ધાંત' આ લોકો અમલમાં મૂકે છે. આપણો કવિ ડૉ. મુકુલ ચોકસી લખે છે ને...

*'ફેંકી દે મુગુટો, ફગાવી નાખ સિંહાસન સજનવા,*
*છુટ્ટા કેશ ભોંય પર બેસીને કર શાસન સજનવા.'*

સાચું કહું તો વહાલથી ભેટી પડવા જેવી આ કોમ છે, સજનવા ! અલબત્ત, 'ગુજરાતીઓએ કોઈ સરદારને ભેટવું હોય તો બબ્બેની જોડીમાં જવું – સાઈઝના ધોરણે, જેથી પનો ટૂંકો ન પડે ! ગુરુનાનક સાહેબે સ્થાપેલા આ પૂજનીય ધર્મને આપણે બધાએ શીશ ઝુકાવવા જેવું છે... ગુજરાતીઓએ ખાસ, જેથી પવિત્રતાની સાથે સાથે પોતાની કોમ અને દેશ માટે મરી-ફીટવાની તાકાત આવે, ઊંચ-નીચના ભેદ જતા રહે, જેથી મારા જેવાને જ્ઞાતિઓ વિશેની આવી સીરિયલ લખવાની જરૂર ન પડે...! પત્ની સિવાય જગતમાં કોઈ ડર ન રહે અને ખાસ તો પોતાની મજાક કરવાનીય 'વાહે ગુરુ' શક્તિ આપે !

સતશ્રી અકાલ...

તા. ૭-૧૦-'૯૨

# ૭. જય સ્વામિનારાયણ

રાજા મહારાજાઓના ગયા પછી આપણી પાસે બે જ ચાંદલાઓ રહી ગયા છે – પીળો ચાંદલો અને લાલ ચાંદલો ! પીળો ચાંદલો એટલે જૈન ને લાલ ચાંદલો સ્વામિનારાયણ. યુદ્ધમાં મર્દાનગી બતાવવા જતા રાજાઓના કપાળે એમની રાણીઓ આવડે એવા ચાંદલાઓ ચીપકાડતી. ચાંદલો મર્દાનગીનું પ્રતીક ગણાતો.

હવે એ બધી વાતો ગઈ. લાલ ને પીળા ચાંદલા સિવાયની બધી મર્દાનગી પુરુષો પાસેથી સ્ત્રીઓના કપાળે ફિટ થઈ ગઈ… ત્યાં 'મર્દાનગી' શોભેય ખરી !

પીળો ચાંદલો 'પાર્ટટાઈમ' છે… જ્યારે લાલ ચાંદલો જીવનભર 'ઓવરટાઈમ' કરે છે, ૨૪ કલાક કપાળને લાલમલાલ રાખે છે… આમ આખું કપાળ પરસેવાથી ભરાઈ ગયું હોય, પણ ચાંદલો અકબંધ હોય ! સ્વામિનારાયણ ધર્મ પાળનારાઓ કંકુની ડબ્બી ઑફિસે, પિકનિક ઉપર, પ્રવાસમાં, હિમાલયની ચોટી ઉપર, લગ્નસમારંભ કે બેસણામાં સાથે જ લઈ જાય… ચૂંટણીના પોસ્ટર જેવું… સહેજ ઊખડ્યું કે તરત બીજું લગાડી દેવાનું !!

અલબત્ત, લાલ ચાંદલાવાળાઓ બહાદુરી બતાવવા કે યુદ્ધે-ફુદ્ધે જવા માટે કપાળ હાઉસફુલ નથી રાખતા… પણ મીરાંબાઈની માફક 'દૂજો રંગ ન કોઈ…!' આ હરિભક્તો માટે લાલ ચાંલ્લો બગીચાના કોઈ બાંકડા ઉપર રોજ આવીને બેસતા આદરણીય પારસીબાવા જેવો છે… એ બેઠા હોય એટલે બીજું કોઈ આવીને આજુબાજુમાં બેસે જ નહીં ! લાલ તિલક હોય એટલે બાકીના મેઘધનુષે પાછા વળવું પડે !

અને બાંકડા જેવા કપાળ પર પારસી બાવા જેવો ચાંદલો માત્ર બગીચાની શોભા જ નથી બની રહેતો, પણ બગીચાને સલામતી પણ બક્ષે છે. જ્યાં આવી સન્માનનીય વ્યક્તિઓ બેઠી હોય ત્યાં પેલા સિસોટી વગાડનારા કે લગ્નપૂર્વેના શૈક્ષણિક રિહર્સલો કરવા આવનારા કસરતબાજો કે પછી તેલ માલિશ કરવાવાળાઓ તો ફરકે જ નહીં ને? એમ આ લાલ ચાંદલો પણ સમાજને ટીવી-ફ્રિજ કે વૉશિંગ મશીન ખરીદીએ ત્યારે અપાતી 'વૉરન્ટી' જેવો છે, કે 'આ હરિભક્ત છે... એ સ્વામિનારાયણ ધર્મને વરેલો છે... એ કદીય ખોટું નહીં કરે.'

સરખામણી, 'વૉરન્ટી' સાથે એટલા માટે કરી કે આ બધી ચોર કંપનીઓ વૉરન્ટી એવી રીતે આપે છે, જેમાં બધી છટકબારીઓ જ હોય... માલ તમારો ભાંગે, તૂટે, બગડે... કંપનીની કોઈ જવાબદારી આવે જ નહીં... રિક્ષાની પાછળ ચિતરાવેલી ધમકી જેવું કામકાજ 'રાત્રે ૧૨થી સવારે ૫ વાગ્યા સુધી ગરીબ દર્દી માટે ફ્રી'... શબ્દે શબ્દ જોઈ જુઓ... કેટલી બધી શરતો પાળો ત્યારે ફ્રી બેસવા મળે?

એ જ રીતે લાલ ચાંદલાની પવિત્રતાનો ગેરલાભ ઉઠાવી કેટલાય હરિભક્તો (!) આ સંપ્રદાયને પોતાની ઊંચાઈએ લાવવાનો પ્રયત્ન કરી રહ્યા છે, જેને કારણે માત્ર શબ્દોના પ્રાસ પૂરતી ગમ્મત પડે એવી નફ્ફટ કહેવત પડી, 'વાણિયો, કાણિયો ને સ્વામિનારાયણિયો... ત્રણેયનો વિશ્વાસ નહીં.'

અફકોર્સ, સ્વામિનારાયણ ધર્મની શિક્ષાપત્રીમાં આપેલા તમામ આદેશોનું જો તમારે પાલન કરવાનું આવે તો જગતના ૯૮ ટકા માણસો સાથે તમારે બધું જ માંડી વાળવાનું આવે! આમ તો, કરવાના અને નહીં કરવાના ૧૨૨ જેટલા આદેશો એમાં આપ્યા છે પણ એમાંનો આખેઆખો આ એક જ આદેશ પાળો તો ઑફિસ કે સોસાયટીમાં રોજ તમારે મારામારી ફાટી નીકળે. ઉ.ત. શિક્ષાપત્રીના ૨૭મા આદેશમાં લખ્યું છે કે, 'ચોર, પાપી, વ્યસની, પાખંડી, કામી તથા કીમિયા વગેરે ક્રિયાઓ કરી અન્યને ઠગનારો – એ છ પ્રકારના મનુષ્યનો સંગ ન કરવો (આમાં પહેલો તો જાણે કે હું જ મરું... આપણામાં બી આમાંનાં છૂટક છૂટક લક્ષણો ખરાં, બૉસ!)

પણ, આવા બધા અર્થો પેલા 'વૉરન્ટી'વાળાઓ કાઢે. જરૂરી તો એ છે કે, આવાં છ દુષ્કૃત્યો કરનાર માણસો આપણા ઉપર એમનો રબ્બર સ્ટૅમ્પ મારી જાય એટલી અસરમાં ન આવવું. ધર્મ તો સાચી જ શિખામણ આપે છે, પણ પોતપોતાની સગવડ પ્રમાણે એમાં ફેરફારો કરનારાઓ જ સમાજને કૉમિક પૂરું પાડે છે. એમ કહેવાય છે કે, કોઈ પણ ધર્મ ચુસ્તપણે પાળનારા માણસનું ગળું કચકચાવીને દાબી નાખવા અડધી રાત્રેય એની પત્ની તૈયાર હોય છે. ભારતમાં રોજરોજ કાંઈ એવા મોકા રેઢા પડ્યા છે? કોઈ પણ ધર્મ એવું નથી કહેતો કે, તમારા કુટુંબ-નોકરા-છોકરા કે ધંધામાં લ્હાયો લગાડીને અમારી શરણમાં આવો. ઘર પહેલું સંભાળો. જેટલા ગુરુજી મહત્ત્વના છે એટલા જ તમારાં મા-બાપ, પત્ની અને બાળકો અગત્યનાં છે. ધંધાપાણીને એમની બોન પૈણાવવા મોકલીને ગુરુજીના ચરણોમાં ઓવરટાઇમ કરવાનું એકેય ધરમ શિખવાડતો નથી... ગૃહસ્થ અને ત્યાગી વચ્ચે કાંઈક ફેર તો રહેવો જ જોઈએ.

પણ, મોટા ભાગના હરિભક્તો ભારે ઝનૂનમાં આવી જાય છે. એમને ઝાલી રાખવા પડે, નહીં તો થાળી પડતી મેલીને ઊપડે સીધો મંદિરનો પ્રસાદ ખાવા! આખલાને છૂટો મૂકી દો તો આખી ચાયના-શૉપનાં પાટિયે પાટિયાં છૂટાં કરી મૂકે એમ આવા ઝનૂની હરિભક્તો પોતાના કુટુંબની કે ધંધાની પણ હાલત અધર્મી કરી નાખે છે.

આ જ મુદ્દા પર સ્વામિનારાયણ ધર્મ પરમ આદરણીય ધર્મ બની જાય છે. એમના ઘણા સાધુ-સંતો કે હરિભક્તોના હું સીધા પરિચયમાં છું. આવા ઝનૂની આખલાઓનો આ સંપ્રદાય આદર નથી કરતો. પોતાના ઘરમાં ભડકા હળગાવીને મંદિરની ફર્શ ઉપર પોતાં મારવા માટે ઉત્સાહી ભક્તોને આ સંતો વિવેકપૂર્વક સમજાવી પોતાની પહેલી ફરજનું ભાન કરાવે છે.

સળંગ ૩૪ દિવસ સુધી ગાંધીનગર ખાતે યોજાયેલા બ્રહ્મસ્વરૂપ યોગીજી મહારાજ શતાબ્દી મહોત્સવ તથા અક્ષરધામ ઉદ્ઘાટનમાં ભાગ લેવા એકલા વિદેશોમાંથી જ ૧૨,૦૦૦ ભક્તો ગાંધીનગર

આવ્યા હતા. કમનસીબે વિદેશોમાં ભારત સરકારનું રાજ ન હોવાથી ત્યાં તો નોકરી પૂરેપૂરી કરવી પડે છે. વાઈફને ડિલિવરી આવવાની હોય તેમાં તમને મહિના દોઢ મહિનાની રજા ન મળે... રાજીનામું આપવું પડે. પણ પરમઆદરણીય પ્રમુખ સ્વામી મહારાજે – એ ખાસ આદેશ આપ્યો કે, કોઈ ઘર બાળીને તીરથ ન કરે !

જોકે, પોતાનો સગો બાપ ઈન્ડિયામાં છેલ્લેછેલ્લા હડબોટિયાં ખાતો હોય ને પચાસ વાર કહેવડાવે તોય ભ'ઈ આવે નહીં પણ, 'ઈશ્વરનો પોકાર છે માટે ગાંધીનગર જવું પડે' માટે ત્યાંની નોકરીમાં રાજીનામાં આપીને આવનારા બહાદુર અને શૂરવીર ભક્તો તો સ્વામિનારાયણના સંતોનોય આદર પામી શકતા નથી. પણ આપણા જેવા માટે 'કૉમિક'નું સાધન બની જાય છે પેથેટિક કૉમેડીનું !

મારા પરિચિત સાધુ પ્રીતમપ્રસાદ સ્વામીજીએ એક સરસ વાક્ય કહ્યું, 'સ્વામિનારાયણ ધર્મમાં ત્યાગીનું જ કલ્યાણ થાય છે એવું નથી, ગૃહસ્થનું પણ એટલું જ કલ્યાણ થાય છે.' એવું બ્રહ્મસ્વરૂપ યોગીજી મહારાજે પણ કહ્યું છે.

બાકી આપણને બધાને કાંઈ સમજણ ન પડે એવુંય અહીં છે. આ લેખમાળાનો હેતુ, 'અમે જ સાચા, અમે જ સૌથી ઊંચા' એવી બાળહઠ તમામે તમામ જ્ઞાતિઓ કે સંપ્રદાયોમાં પડેલી છે, તેની ઉપર યથાશક્તિ ટોર્ચ મારવાનો છે. સાધુ-સંતોય એમાંથી બાકાત નથી. પોતાના ફાંટાને ઊંચો સાબિત કરવા સાધુ-સંતોમાંય સ્કૂલનાં બાળકો જેવી મારામારીઓ થાય છે, ખૂન થયાના દાખલાય છે. આટલે ઊંચે સ્થાને પહોંચ્યા પછી તો પોતે જ્ઞાતિ-જાતિની બબાલોથી પર હશે એવું અમે એક સન્માનીય લેખક વિશે માની બેઠેલા પણ એમને મોઢેથી પણ, 'અમારા વડનગરા નાગરોમાં સાવ સાઠોદરા-વીસનગરાઓ જેવું નહીં હોં' સાંભળ્યું ત્યારે મને પોતાને પણ થયું કે અશોક દવે બ્રાહ્મણને બદલે ગમે તેના પેટે જન્મ્યા હોત તોય શું ફેર પડત ?

બસ... સામાન્ય મનુષ્યો પણ આ ભૂલી શકતા નથી તો બિચારા સાધુ-સંતોનો શું વાંક ?

પણ બે-ચાર સર્વોત્તમ બાબતોય તમને સ્વામિનારાયણ ધર્મમાં જોવા મળશે. ભગવાં વસ્ત્રધારી જગતભરમાં ભારતીય સંસ્કૃતિ અને ભગવાન સ્વામિનારાયણનાં નૈતિક, આધ્યાત્મિક અને સામાજિક કાર્યોથી પરિચય કરાવતા આશરે ૪૫૦ સાધુઓમાં મોટા ભાગના ઉચ્ચ શિક્ષિતો છે. કેટલાક સાધુઓ તો પોતાની પાછળ સંસારમાં લાખો કરોડોનો ત્યાગ કરી આવ્યા છે. એમાંના એક પણ વિદ્વાન સાધુ સાથે પરિચય થાય તો દસ મિનિટ બેસવા જેવું ખરું... બે કલાકે ઊભા થઈ શકો ત્યારે શરીર અને મનમાં નવી જ, મહેમાનની માફક ચેતના ઘર કરી જશે.

એવી જ રીતે રાજસ્થાનના કુદરતી ગુલાબી પથ્થરોથી નવું જ બનાવેલું 'અક્ષરધામ મંદિર' માત્ર મંદિર જ નહીં, એક કવિતા છે. ઈમારતના સૌંદર્યમાં એ તાજમહલથી કમ નથી. ભારતમાં આટલું રૂપાળું બીજું મંદિર જોયું નથી.

બાકી હિંદુ ધર્મને રોંદીગોંદીને ચૂંથી નાખ્યો હોય, એકતા રહેવા ન દીધી હોય એ રોજ ફૂટી નીકળતા અવનવા સંપ્રદાયોએ ! ભગવાનને એક જ રહેવા દેવાને બદલે એમનાય ટુકડા કરી નાખી મહારાજો-સાધુઓ પોતે ભગવાન બની બેઠા... આશ્રમો સંપ્રદાયો સ્થાપી વ્યક્તિપૂજા કરાવી... કોઈ શિવનું અપમાન કરી જાય તો કૃષ્ણવાળો ન બોલે. રામનું મંદિર ભયમાં હોય તો અંબાજીવાળો છાનો પડ્યો રહે... રાષ્ટ્રભક્તિ '૪૭ પછી આ સંપ્રદાયોને કારણે જ આવી નહીં.

એવા સંજોગોમાં સ્વામિનારાયણ ધર્મ ઘણું પૂજનીય કામ કરી રહ્યો છે. અહીં વ્યક્તિપૂજા નહીં, ઈશ્વર મહાન છે. ભારતની સંસ્કૃતિની વાત પહેલી છે. તમામ ઈશ્વરો, તમામ વર્ણો, તમામ ધર્મો માટે એકસરખો આદર છે.

જય સ્વામિનારાયણ.

*તા. ૧૩-૧૦-'૯૨*

# ૮. બાપુને ઘણી ખમ્મા...

બાપુને ઘણી ખમ્મા...! બાપુ જમવા બેઠા છે.

દીકરાની વહુ દોઢ ફૂટ નીચો ઘૂમટો તાણીને પીરસી રહ્યાં છે. જી હા. આ વાત ૧૯૯૨ની સાલની જ છે, આદિમાનવોના જમાનાની નહિ !

બાપુનો જરા કચકચિયો સ્વભાવ ખરો, જરા ! બાપુને ઘણી ખમ્મા.

''વવ... દાઈળમાં મીઠું ઓસું સે...' વહુએ સાંભળી લીધું. 'વવ... ચઈમચી નનેકડી કાં દીધી? મોટો ચઈમચો નો દેવાય?' વહુએ સાંભળી લીધું. 'વવ... બાપુના મુઢા ઉપર તઈડકો બવ આવે... બારીયું બંધ નો કરીએ?' વહુએ સાંભળી લીધું. 'વવ...'

બસ... બવ થિયું ! વહુએ એ દુકાનનું શટર ઊંચું કરતી હોય એમ હડેડાટ કરતો ઘૂમટો ઊંચો કરી, હાથમાંનો લોટો બાપુના માથે ભડિંગ કરતો ઝીંકી દીધો... ને ફરી પાછો ઘૂમટો તાણી લીધો... બાપુને ઘણી ખમ્મા !

પેલી, 'લાજ કાઢીને લોટો મારવો' એ કહેવત આના ઉપરથી પડેલી.

પણ મારો ને તમારોય એ વાત કબૂલ કર્યા વિના છૂટકો નથી કે, રાજપૂત સ્ત્રીઓનો જે માન-મરતબો એમના કુટુંબોમાં જળવાય છે, એટલું આપણી બેન-દીકરીઓનું સન્માન આપણે નથી જાળવી શકતા. એમનામાં વહુ-દીકરી તો ઠીક, પત્નીને પણ તુંકારે ન બોલાવાય, 'ઠકરાણાં... તમે કિયો તો જરા બા'ર જી આવું?' એમની સ્ત્રીઓના

નામની પાછળ 'બા' તો લાગે જ, પણ બહુ ઉતાવળમાં ન હોય તો 'બા'ની પહેલાં 'કુંવર' પણ લાગે... જ્યોતિકુંવર બા, માનકુંવર બા, સુષ્માકુંવર બા... અને વાત રાજ-ઘરાનાની હોય તો 'દેવી' લાગે, 'ઉર્વશી દેવી...' 'ગાયત્રી દેવી...' 'સૂર્યા દેવી...'

એ લોકોમાં પુરુષો જલદી 'દેવ થઈ જતા નથી... સ્ત્રીઓ દેવી થઈ જાય છે... બાપુઓ દેવને બદલે 'સિંહ' કહેવડાવવું વધુ પસંદ કરે છે.

હું સમજણો થયો ત્યાં સુધી મહાત્મા ગાંધીને રાજપૂત કે દરબાર સમજતો હતો. પાછા એ કહેવાય પણ બાપુ. એ પણ પોતાની વાઈફને 'બા' કહેતા...

અલબત્ત, બેન-દીકરીઓને 'બા' કહેવાનો રિવાજ આ બાપુઓમાંય ખરો એ જાણ્યા પછી રાજપૂતોને હું 'મહાત્મા ગાંધીઓ' સમજવા માંડ્યો છું. પિતા પોતાની વહાલસોયી દીકરીને 'તમે' કહીને, 'બા' કહીને બોલાવે... સ્ત્રી-સન્માનની આટલી ઊંચી ભાવના તો 'મહાત્માઓ'માં જ હોઈ શકે ! આપણે માનીએ છીએ એટલું આ સહેલું કામ નથી. દીકરી નાની હોય તેથી શું થઈ ગયું... એનું પણ એક વ્યક્તિત્વ છે, ગૌરવ છે અને નામ તોછડું કરવાથી એના ઉપર શાસનની ભાવના આવી જાય છે. દીકરી ભણતી ન હોય કે હિલોળે ચઢી હોય તો ટકોર કરવાની જરૂર પડે... પણ 'દિવ્યા બા, સ્કૂલનું ઘરકામ તમારે કરવાનું નથી.?' ... અને 'માનભાના ખભે બચકું તમે ભરી લીધું હતું ?' એમ કહેવામાં કાબૂ અને ગૌરવ, બન્નેની જાળવણી થાય !... મ્યાનમાં તલવાર સાથે તાજું ફૂલ પણ અકબંધ રાખવા જેવું અઘરું કામ છે આ ! કાનમાં હળી તો સહુ કરે... આ તો પીંછાથી કાન ખોતરવા જેવું અઘરું કામ છે, ભાઆ...ય !

અને માટે જ દરબારો આજે પણ પત્નીને નામ દઈને નથી બોલાવતા ! અહીં... 'આજ પછી હિંમત હોય તો લઈ જુઓ મારું નામ ને થઈ જાવ ભાયડા !' એવું કાંઈ સાબિત થતું નથી પણ ઘરના વડીલો અને બાળકોનો મલાજો તો બાપુઓ એમની વાંકડી મૂછોની

જેમ ઊંચો જ રાખે છે... (હા... બાપુઓ આ આટલી બધી ને જેટલી ઊગી એટલી મૂછો શું કામ રાખે છે ને એમાંય વળ ચઢાવીને અંકોડા ઊંચા કેમ રાખે છે, એ રહસ્ય ઉપર જગતભરના મૂછ- વૈજ્ઞાનિકો અધમૂઆ થઈ ગયા છે, પણ કારણ મળ્યું નથી.)

દરબારોમાં સાદ દઈને ઠકરાણાંને બોલાવવાની ત્રણેક 'પદ્ધતિયું' હાલ પૂરતી અમલમાં આવી છે. આપણી માફક 'સોના ડાર્લિંગ' કે 'મોના ડાર્લિંગ' કહી શકાતું નથી. અહીં તો 'કહું છુંઉઉ... સાંભળો છોઓ ?'માં ડાર્લિંગ-ફાર્લિંગ બધું આવી ગયું...!

બીજી પદ્ધતિમાં જરૂરત મુજબ હલકા-ભારે ખોંખારા ખાઈને ઠકરાણાંને બોલાવવાની પ્રથા શિક્ષિત સમાજમાં પણ છે, આમાં, આસ્તે રહીને મીઠાશથી ખવાતા ખોંખારાઓનું મૂલ્ય ઊંચું છે. એ તો જે ખાય એને જ ખબર પડે ! પણ પતિ-પત્ની વચ્ચેની આ ખોંખારા સિસ્ટમને કારણે જ દુનિયાભરના બાપુઓને દમ કે ઉધરસ જેવા રોગો ઝટ લાગુ પડતા નથી.

પણ આજના રાજપૂત સમાજમાં દિવસે ને દિવસે વધુ લોકપ્રિય થતી જતી પદ્ધતિ – સંતાનોના નામ દઈને ઠકરાણાંને બોલવવાની- જામતી જાય છે. અલબત્ત, નિઃસંતાનોએ ઉપર પૈકીની ગમે તે એક પદ્ધતિ યથાશક્તિ વાપરવાની હોય છે. પણ બાકીનાઓએ પત્નીને બોલાવવા, નિયત કરેલા લહેજામાં પુત્ર કે પુત્રીનું નામ ખેંચવાનું હોય છે, જેમ કે 'રાજેન્દ્રસિંઈઈઈઈ...હ' એવા કોલમાં 'સિંહ' આટલો લાંબો થાય તો પત્ની સમજી જાય કે, 'બાપુ યાદ કરી રહ્યા છે' ને આ બાજુ કુંવર રાજેન્દ્રસિંહ પણ સમજી જાય કે, 'આમાં આપણું કાંઈ કામ નથી...'

એકબીજાને પૂરતું સન્માન રાજપૂતો જેવું આપવાનું ગજું તો ગુજરાતી સાહિત્યકારોમાંય નહીં ! કોઈ રાજપૂત ફાધરને 'પપ્પા' કે 'ડેડ' નથી કહેતો, 'જીજી' કહે છે અથવા બાપુજી કહે ! ઈવન, એકબીજાનેય બાપુઓ તુંકારે નહીં બોલાવે, નામની પાછળ 'ભા' જેવો મીઠડો શબ્દ મૂકશે. અજીતસિંહને બદલે અજુભા, દિલીપસિંહનું

દિલુભા, જયવંતસિંહનું જયુભા... (કરણસિંહનું 'કરુ-ભા'...) મને મળવા આવેલા રજપૂત મિત્રોએ મને 'અશોકસિંહ' બનાવીને 'અસુભા' બનાવી દીધો... જિંદગીમાં પહેલી વાર મેં સિંહ જેવું કોઈ કામ કર્યું...!

પણ મને આવો 'અસુભા' બનવાનો ઈલકાબ મળે, એમાં અચરજ નહીં! રાજપૂતો માટે બ્રાહ્મણો આજે પણ પહેલા ખોળાના કુંવર જેવા વહાલા છે. અમે એમના ગોર કહેવાઈએ, સિદ્ધરાજ જયસિંહ, પૃથ્વીરાજ ચૌહાણ કે મહાપ્રતાપી રાણા પ્રતાપના આ સીધા વંશજો આજે ચાની કીટલી ફેરવતા હોય કે મોટા ઉદ્યોગપતિ બન્યા હોય, બ્રાહ્મણો માટે અડધી મફત કે નોકરી હાજર! ચાર રસ્તા ઉપર પોલીસ-કૉન્સ્ટેબલ તરીકે કોઈ વિસુભા કે અણદુભા ઊભા હોય તો હું જાણી જોઈને રોંગસાઈડમાં ઘૂસું છું. એ મને પકડે પછી બામણ જાણીને જવા દે... મને મફત અડધી ચા પીવા મળે ને એને બ્રાહ્મણના આશીર્વાદ મળે!... આપણો કોઈ સ્વાર્થ નહિ!

કહેવાય છે કે, કોઈ માણસ 'શાસ્ત્ર' હાથમાં લે તો બ્રાહ્મણ કહેવાય ને 'શસ્ત્ર' હાથમાં લે તો 'રજપૂત' કહેવાય... બેય ભેગા મળે તો સ્વ. કવિ બાલુ પટેલનો શે'ર બની જાય,

*'એક તારી ખોટ વર્તાતી હતી,*
*'બાલુ' તું આવી ગયો, સારું થયું.'*

પણ આ ખમીરવંતી પ્રજા એક વખત તમારે ખભે હાથ મૂકે, પછી તમે ભલે મોળા પડો... એની દોસ્તી જ એવી!... માણસ મરી જાય પણ હેલમેટને કાંઈ ન થાય! દોસ્ત કે દાતા બની બાપુ તમારા મસ્તકનું ગૌરવ જીવનભર 'હેલ્મેટ' બનીને જાળવે, ઑફિસમાં તમારો દોસ્ત કોઈ 'દરબાર' બનવા તૈયાર હોય તો ભેટી પડજો... આવું તો એક રાજા બીજા રાજાનું સન્માન કરે ત્યારે જ થાય!

પણ ભૂલેચૂકેય બાપુઓને ગરમ ન કરાય... જિંદગીભર પસ્તાવું હોય તો બાપુને દગો કે અડપલું કરી જોજો. 'વટ, વચન ને વેર' બાપુઓ વસિયતનામામાંય સ્વચ્છ અક્ષરે લખતા જાય છે.

આજના સર્વોચ્ચ શિક્ષણને પામેલા રજપૂતોય આવા 'વિલ'નું

અક્ષરશઃ પાલન કરે છે, ભલે પછી હંધુય વેચી દેવું પડે કે ફના થઈ જવું પડે. એમના દુશ્મનોનેય કબૂલ કરવું પડે કે, ગુજરાતમાં રજપૂતથી વધુ મરદ કોમ બીજી એકેય નહિ. દુહો સાંભળ્યો છે?

*'જનની જણજે ભક્તજન, કાં દાતા કા શૂર,*
*નહિ તો રહેજે વાંઝણી, મત ગુમાવીશ નૂર...'*

બીજાઓમાં ભાગ્યે જ જોવા મળે એવી કેટલીક 'એક્સ્ક્લૂઝિવ ક્વૉલિટીઓ' દરબારોમાં સાહજિક છે. આ લોકોમાં ઈન્ટરકાસ્ટ (આંતર-જ્ઞાતીય) લગ્નો, પ્રેમલગ્નો, ભાગેડુ લગ્નો કે છૂટાછેડા મોટે ભાગે તો શક્ય જ નથી. રાજપૂત પર-સ્ત્રીને સાક્ષાત્ દેવી માને છે. માટે રાજપૂતની આંખ ક્યારેય લપસે નહીં, (રાજપૂત ઉપર આંખ લપસે એવા દેખાવડા અને ભરાવદાર તો હોય છે જ) અલબત્ત, વિધવા-વિવાહ કે ઘૂમટો દૂર કરવા અંગે શિક્ષિત રજપૂત યુવતીઓ નીડર બની એમની જ્ઞાતિના મૅગેઝિનોમાં લેખો લખે છે.

બાપુઓના ભોળિયા સ્વભાવનો લાભ લઈ એમને લૂંટી જનારાઓ ઘણું લઈ ગયા છે તે પાછુંય નથી આપતા! રજપૂતો સૂર્યવંશીઓ છે અને એમની અટકો કોઈ ચોરી ગયું છે: 'ગોહિલ, પરમાર, ચૌહાણ, ચાવડા, સોલંકી, ઝાલા, રાણા, જાડેજા, રાયજાદા, વાઘેલા, સોઢા, ચુડાસમા, મન્ડોરા, સિસોદિયા, ભાટી, કુંપાવત, વાળા, રાઠોડ, જાદવ, ડોડિયા, ડૈયા, વાઢેર, વણાર, ડાભી, સરવૈયા, પઢિયાર, સગર. અલબત્ત, ગુજરાતના રજપૂતોમાં 'રજપૂત' અટક હોતી નથી.

પણ રજપૂતના ઘેર એક ચીજ તો બેશક જેવા મળશે જ, 'બે તલવારો.' ભલે એમાંથી એકનો ઉપયોગ ડબ્બાનું ઢાંકણું ઉઘાડવા જ થતો હોય, પણ તલવાર-ખંજર તો રાખવાનાં જ! દાઢી બ્લેડથી કરવાની, પણ તલવારનું કામ ક્યારેય નહિ લેવાનું... જરૂર પડે ત્યારે તલવાર જ વાપરવાની! કોઈ પણ જ્ઞાતિ-કોમના વડીલને જોતાં જ ઊભા થઈ જવાનો આદર કરતી આ એકમાત્ર કોમ એકબીજાને ક્યારે 'ગૂડ નાઈટ' કે 'ગૂડ મોર્નિંગ' નથી કહેતી... 'જય માતાજી' કહે

છે... મા ભવાનીએ પ્રત્યેક બાપુને માથે વધારાનો પ્રેમાળ હાથ ફેરવ્યો છે. ભારતને સીખ્ખો કરતાંય વધુ સંખ્યામાં રમતવીરો, લશ્કરી જવાનો કે પોલીસ-વીરો આ લોકોએ આપ્યા છે. (સતીઓ પણ એમણે જ સૌથી વધુ આપી છે, પણ બાપ રે. આપણાથી એ બાબતે કાંઈ ઈશારો ન થાય, પણ ઈશ્વરકૃપાથી આજનો રાજપૂત સમાજ હવે ખુલ્લાદિલે સતી પ્રથાનો વિરોધ કરતો થયો છે... આપણાથી કંઈ ન બોલાય !...) બાપુ મૂછે તાવ દઈને બેઠા હોય, કહુંબાપાણી ચાલતાં હોય, એમાં અમલના નશામાં ખાટલી માથેથી ધબ્બ દઈને ભોંય પર હેઠા પડે. પણ આ તો બાપુ. પડ્યા, કબૂલ કેમ થાય ! એટલે એના હજૂરિયાને પૂછી જોવે, 'અલ્યા નથિયા... જો તો કોણ પઈડું ?' નથિયાથી તો કહેવાય નહિ, બાપુ ઇ તો આપ હતા ! એટલે એ કહે, 'કાંઈ નંય બાપુ... ઇ તો આપનું ધોતિયું પઈડું...' 'તી ઈમાં આટલો મોટો ધુબાકો કાં થિયો ?' 'બાપુ ઇ તો માંયલી કોર તમે હતા ને... ઈનો ધુબાકો થિયો !'

આવા નથિયાઓને કારણે બાપુઓ પોતાનાથી નારાજ છે... ગુજરાતભરમાં બાપુઓનું કોઈ કાંઈ ખરાબ કરી શકે એમ નથી... એ માટે એ લોકો પોતે જ પૂરતા સમર્થ છે... આ નથિયાનું બીજું નામ છે, 'કરિયાવર...'

તા. ૨૭-૧૦-૯૨

# ૯. મિસ્ટર અનાવિલ !

કૉલબેલ દબાવો ને દરવાજો ખોલવા પત્ની જ આવે કાયમ માટે, તો એ બાય ગૉડ, અનાવિલનું જ ઘર હશે. અનાવલા પુરુષો દાદુ માણસો... એ એમ કાંઈ દરવાજા-ફરવાજા ઉઘાડવા હીંચકેથી હેઠા ની ઊતરે... એ તો રસોઈ કરતી પત્ની જ જાય !

નહિ ! દાનત પત્ની ઉપર દાદાગીરીની નહિ, પણ મૂળથી જ સાલા રાજાપાઠના માણસો ને એમાંય આળસ તો સ્ટીરોઈડની માફક ચઢેલી ! પત્નીઓય મલકાતી મલકાતી પતિને બાળક જેવા લેંટાળા અને વહાલુડા ગણે... બહુ છંછેડવાના નહિ... આળસનો લિસોટો લાંબો થાય ત્યારે જ નાક સાફ કરી આવવાનું !... બાકી, બારણું ખોલવા તો બડે ઠાકુરને ન જ મોકલાય !

આ અનાવિલોને સમજવા માટે જનમ અનાવિલમાં લેવો પડે...! ઝટ હાથમાં આવે એવી કોમ નથી આ ! ઘણાએ તો અનાવિલનું નામ જ આજે સાંભળ્યું હશે ! અનારકલી જેવું 'સેક્સી' નામ ''અનાવિલ'' આ કોમને મળ્યું છે, એ તમે નોંધ્યું ? આપણે બધાય વળી ઊંચા તો ખરા જ (નો જૉક પ્લીઈઈઈજ...!) પણ આપણામાંથી મોટા ભાગનાઓની કોમ કે અટકનાં નામો કાં તો તોછડાં, કાં તો મોઢામાંથી થૂંક ઊડે એવાં ને કાં તો પહેલો-ત્રીજો, બીજો-ત્રીજો... પહેલો બીજો અક્ષર આમતેમ ગોઠવો તો મારામારી ફાટી નીકળે એવા અર્થો નીકળે... જુઓને... ''બ્રાહ્મણ'' (નાનું છોકરું કેટલાં વર્ષે આ શબ્દ બોલતા શીખે ?... 'બ્રહ્મભટ્ટ' 'બ્રહ્મક્ષત્રિય' (મોઢું આઘું રાખીને બોલ, ભાઈ !) વાણિયો... (કેવું તોછડું ?) નાગર... (પહેલો-બીજો-

પહેલો ત્રીજો એક એક અક્ષર આગળ પાછળ મૂકી જુઓ... વગેરે) જ્યારે...

જ્યારે 'અમે તો અનાવિલ...' એવું બોલતાંય સોટા પડે સોટા...! એમાંય એ લોકોનાં નામોય લાડ-દુલાર વત્તા મર્દાનગીભર્યાં મીઠાશવાળાં ! મોરારજીભાઈ, ખંડુભાઈ, ભીમભાઈ, કીકુભાઈ, મહાદેવભાઈ... નામની પાછળ ભાઈ લગાડવાનું ભૂલી જાઓ તો રીમાન્ડ હોમના છૂટા પડી ગયેલા બાળકોની યાદી વાંચતા હો એવું લાગે, પણ અનાવલાઓ નામ સાથે અટકનાં મધુરાં કોમ્બિનેશનો ઉપાડી લાવ્યા છે કે, એકલાં નામો બોલવા જઈએ તો આપણી જીભેય તોતડાય... એકલવ્ય દેસાઈ, ડૉ. બિપીન નાયક, મનમોહન દેસાઈ, ઝીણાભાઈ દેસાઈ, મંગલ દેસાઈ... સુરતના મેયર અજિત દેસાઈ...

પણ અડધુંપડધું કામકાજ વ્હી. શાંતારામ જેવુંય ખરું:... આઈ મીન મહારાષ્ટ્રીયનોની માફક આ લોકોય ઘરના દરવાજે લટકાવવાના બોર્ડમાં ઇંગ્લિશ-ઇનિશિયલ વાપરવાને બદલે ગુજરાતીમાં જેટલું પતતું હોય એટલું પતાવે-શશિકાંત ગુ. નાયક, ઠા. ગુ. નાયક ગુજરી ગયા એમ સાંભળો એટલે ઠાકોરભાઈ ગુલાબભાઈ નાયક ગયા' એમ સમજવાનું... ભી. ભી. દેસાઈ એટલે ભીખુભાઈ ભીમભાઈ દેસાઈ... ભૂ. કી. નાયક એટલે આપણા કીકુભાઈનો બાબલો ભૂપેન્દ્ર !... પણ બોર્ડમાં ભૂ. કી. નાયક જ લખવાનું. બાકી ઘણા તો મજાકમાં 'નાયક' શબ્દમાં 'લા' સાયલન્ટ ગણે છે !

જો કે, 'નાયક' શબ્દ ભારે છેતરામણો છે, એનો અર્થ તો થાય છે, 'હીરો'-'લીડર'... પણ શબ્દથી અંજાઈને સીધું કૂદી પડવામાં જોખમ છે, બૉસ ! નાયક અટક અનાવિલોમાં હોય છે એમ ભોજકોમાંય હોય છે. જેમને જૂના વખતમાં 'તરગાળા' કહેવાતા હતા. કોમ-તો બન્ને સરસ પણ 'નાયક'થી છેતરાઈને તમે એમની જ્ઞાતિ ઊલટસૂલટ માની બેસો, તો નાકના અથવા નાયકનાં ટેરવાં બન્નેનાં ચઢી જાય છે.

પત્રકાર તરીકે એ જ્ઞાતિના ફંક્શનમાં મારે જવાનું થયેલું ત્યારે મૂળ 'દાતણિયા'માંથી 'દવે' અટક ઉપાડી લાવેલા એક ભાઈએ મને

કહ્યું, ''હવે આપરી જ્ઞાતિના પરશ્નો તમે ઉપારી લો.''

દેખાવના ધોરણે કદાચ મને એ ભાઈએ પોતાનો જ્ઞાતિબંધુ ગણી લેવાનું બહુમાન આપ્યું હશે, પણ એમને જ્યારે ખબર પડી કે હું ઓરિજિનલ દાતણિયો નથી, બ્રાહ્મણ છું, ત્યારે એમનો એકલાનો જીવ બળ્યો હતો.

પણ અનાવિલોની માંડ ૫-૬ અટકોય પોતાની નથી- બહારથી ઉધરાવી લાવ્યા છે. (એમને સારું લગાડવા અહીં લખવાનું કે મૂળ ચાર અટકો તમારી... જે બીજી કોમોએ ચોરી !) જેમ કે દેસાઈ અટક રબારીમાંય હોય, પટેલ, મુસલમાન, વાણિયા અને બ્રાહ્મણોમાંય હોય ! એમની મહેતા અટક તો જગ્યા ખાલી પડે ત્યારે ચીનાઓય વાપરે છે. 'વશી' અટક પહેલી નજરે જાદુગર-મદારીની લાગે... વશીકરણ ઉપરથી... અટક તો ફોજદાર પણ ખરી ને 'ઉમરવાડિયા' અટક તો તમે પાઠ્ય પુસ્તકોમાં વાંચી જ છે.

પણ તો પછી અટકોમાં ફેઈલ ગયેલા આ અનાવિલો છે કોણ? કઈ જાત કહેવાય? મૂળ ક્યાંના? અનાવિલનો અર્થ શો?

અર્થમાં શબ્દકોશ જુઓ તો ખબર પડે કે, ગુણો તો બોસ... નામ પ્રમાણેના જ છે. અનાવિલ મૂળ સંસ્કૃત શબ્દનો અર્થ થાય 'વાંક-ગુન્હા વિનાનો ચોખ્ખો માણસ' અને આપણે આ અર્થ સાથે અનાવલાઓને ૧૦માંથી ૧૦ માર્ક આપી દઈએ તો ઝાઝો વિરોધ થાય એમ નથી. આ લોકોય પટેલોની માફક ખેડૂતો છે એટલે કોડાફાડ જીભ ભલે રહી. પણ દિલના સાફ માણસો (એ તો તમારી ઑફિસના પૂરા સ્ટાફે કબૂલવું પડે એમ છે ને ?)

એસ.એસ.સી. વખતે જ આઠમા વિષય તરીકે 'ચમચાગીરી' સબ્જેક્ટ લેવાનું આ આખી કોમ ભૂલી ગયેલી એટલે બૉસ ગમે તેવો માથાભારે હોય (લેડી બૉસ હોય તો પગભારે) અનાવલાઓ સખણા નહિ જ રહેવાના... જે હોય એ મોઢામોઢ કહી જ દેવાનું... અંજામ ખુદા જાને !

બીજો તો શું અંજામ આવવાનો હોય... ભ'ઈ, હોય ત્યાંથી ખાસ કોઈ આગળ ન વધે... ધંધો તો આખી કોમની કુંડળીમાં નહિ !

હા, વાતો તે વિમાનનાં પૈડાંથી માંડીને છૂટક ભાવે આખેઆખો તાજમહલ વેચી નાંખવાની કરે – કમિશન કાપ્યા વિના !

પણ ધંધાની સૂઝ ખરી ! એમની વખારમાં એક માલ એવો પડ્યો છે જેનું મૂલ્ય ટાટા-બિરલા-અંબાણી, ત્રણેયની સંપત્તિ ભેગી કરીને વેચી મારો, તોય અનાવિલો વધુ કમાય...

...અને એમના આ મૂલ્યવાન માલનું નામ છે, એમનો જુવાનજોધ દીકરો !...બ્લેકમાં વેચી નંખાય એવો ! લગ્નના બજારમાં મુરતિયાઓ અનાવિલોનું 'સ્કામ' છે. શેરને બદલે 'વાંકડો' શબ્દ મુકાય છે... તમારી જ્ઞાતિમાં જેને દહેજ, પૈઠણ કે ડાઉરી કહે છે. આ વાંકડાને કારણે અનાવિલો ભારે સ્વમાની બન્યા છે, વગર ધંધે ધંધાની સૂઝ આવી છે, આળસુડાઓ બન્યા છે. ''કેમ અંલા નોકરી ની કરતો ?'' ''જવા દે ને (ભાવિ) સસરો કમાવાનો છે કોને માટે ?'' કેટલાક અનાવિલ બાળુડાઓ પોતાનામાં હોય એટલું પાણીય કાઢી નાંખી પોતાના મસલ્સ ફુલાવવાના બદલે સસરાના મસલ્સને આંગળી અડાડી આવે, પોતાની છાતીના વાળ પર વાંકડા માટે ગરમાગરમ ઈસ્ત્રીય ફેરવી નાંખે એવા શૂરવીર પણ ખરા... જ્યારે કેટલાક તો વાંકડામાંય પટેલો જેવો ભીખનો નવો પ્રકાર શોધી લાવ્યા છે, ''અમે સામેથી કાંઈ ની માંગીએ... આપે એટલું અમે લઈ લઈએ...'' આહ... કેવી કલાત્મકતા !

પણ જમીન પર ઊભી હોય તો માત્ર અનાવિલોને જ નહિ, આપણને બધાંને ચરણસ્પર્શ કરવાની ઇચ્છા થાય એવી કેટલીક કન્યાઓ પણ આ જ જ્ઞાતિમાં છે, જેમણે નવસારીમાં મળેલ અનાવિલ અધિવેશનમાં માઇક પરથી જાહેરાત કરી હતી, ''વાંકડો માંગનારને ઘેર અમે કદી નહિ પરણીએ !'' થેન્ક ગૉડ, એ બધીઓ વગર વાંકડે આજે પરણી પણ ગઈ છે, એ બતાવે છે, કે નવી પેઢીના અનાવિલોમાં મર્દ બચ્ચાઓય પાક્યા છે.

અપવાદોને બાદ કરી શકો તો આ અનાવિલો ભેટી પડવા જેવા મસ્તાન લોકો છે. વાપીથી તાપી સુધીનો આખો પટ્ટો એમનો ! એક જમાનામાં મુંબઈથી અમદાવાદ સુધીની કોઈ પણ ટ્રેનમાં કંડક્ટર કે

સ્ટેશન પરનો માસ્તર માત્ર દેસાઈ જ જોવા મળે ! એવા એક મુંબઈના માસ્તરને, અમદાવાદથી દિલ્હીની ટ્રેન દોડાવી, ન છૂટકે વડાપ્રધાનપદની ફુલટાઇમ નોકરી પણ કરવી પડી. બીજા એક અનાવલાએ ગાંધીજીને સંત બનાવવામાં મોટો ફાળો આપ્યો, એ મહાદેવભાઈ દેસાઈનું જન્મ શતાબ્દી વર્ષ ઊજવાઈ ગયું. ઑફિસોમાં જે લોકો 'રીફાઇન્ડ' છે અને ભાષાને છીછરી થવા દેતા નથી, એ લોકો બૉસના કોઈ ચમચાને 'ચમચો' કહેવાને બદલે 'મહાદેવભ'ઈ' કહીને બોલાવે છે...

યસ... આ લોકો બ્રાહ્મણ તો ખરા જ-ખેડૂત હોવા છતાં, પણ 'અયાચક' બ્રહ્મણ ! માંગેબાંગે નહિ... બીજા પાસે મંગાવે એવા દાખલા હશે કદાચ... આપણને ખબર નથી...! સાહિત્ય, સંગીત, કલા કે એવી બધી કોઈ પણ બબાલમાં પડવાનું ની મલે ! અમારો નવોદિત હાસ્યલેખક મંગલ દેસાઈ વિશ્વનો એકમાત્ર અનાવિલ હાસ્યલેખક છે.

સાહિત્ય સાથે ઝાઝી લપ્પન-છપ્પન નહિ કરવા છતાં અનાવિલોની ભાષા મીઠડી ખરી ! આમ બોલવામાં ગુજરાતી વ્યાકરણની બહુ ચિંતા ન કરે, પણ ગાળો બોલવામાં તો હ્રસ્વ- દીર્ઘનીય એક પણ ભૂલ ન આવે ! અમદાવાદ બાજુ અનાવિલો ઓછા એમ ગાળોય ઓછી... બાકી, હૂરત, વલહાડ, નવહારી, અમલહાડ, વાપી કે બિલીમોરા બાજુ તો જઈ જુઓ પ્રભુ – ગાળોની તો ગઝલોય લારી ભરી વેચાતી હોય... એકાદ... બે... અહીં... લખી બતાવું ?

જ્ઞાતિઓ વિશેની આ સીરિયલમાં મેં અનુભવ્યું છે કે, દરેક જ્ઞાતિની સ્ત્રીઓ વિશે શું લખું છું એમાં વધુ રસ પડે છે, સ્ત્રીઓને પણ ! અને એટલે જ અનાવિલ સ્ત્રીઓ વિશે આઠ-દસ જ વાક્યોમાં પતાવવું છે... એ એટલું જ કે, અનાવિલ પુરુષોને એક ભવમાં સાત સાત લગ્ન કરવાની છૂટ આપે તો સાતેય વખતે એ પોતાની પત્નીને જ પસંદ કરશે. ઉડાઉગીરી કરશે... પતિને બાળક માફક સાચવી-સાચવીને જીવનભર વહાલ કરવાનું અનાવિલ સ્ત્રીઓ માટે સાહજિક છે. સ્ત્રીઓમાંય સર્જનાત્મક સેન્સ ઑફ હ્યુમર છે, એની ખાતરી કરવી

હોય તો અનાવિલ સ્ત્રીને મળો... (એના પતિની પરવાગી લઈને !)

મૂળ આદિવાસી અને ભીલમાંથી બ્રાહ્મણ બનેલા મનાતા અનાવિલો અયાચક છે અને પ્રભુ શ્રીરામે પણ ખુશ થઈને એક વાર અનાવિલોને ૨૦ ટકા ડિસ્કાઉન્ટ જેવી ઑફર કરી હતી કે, ''માંગો. માંગો એ આપું'' તો પ્રભુનેય આ આખાબોલાઓએ કહી દીધું હતું, 'બૉસ, અમે માંગનારા નથી... આપનારાઓ છીએ. તમે બોલો તમારે શું જોઈએ છે?'' તો હાલ પૂરતા આપણે બધા પ્રભુ શ્રીરામ બની જઈએ ને આ ભાટલાઓ પાસે માંગીએ, ''બૉસ, જેના જેના વાંકડાઓ લીધા છે, એ પાછા આપી આવો. તમે તો અયાચક છો !''

તા. ૪-૧૧-'૯૨

## ૧૦. રાજકપૂર બ્રહ્મક્ષત્રિય હતો !

જ્ઞાતિઓ વિશે શરૂ કરેલી આ બબાલમાં અમને તો અત્યાર સુધી સૌધી વધુ કદરદાન અને ખેલદિલ ફક્ત નાગરો જ લાગ્યા છે. પોતાના વિશેની ટીકાય પચાવી શકે તેમજ બીજી કોમનાં વખાણની કદર પણ કરી શકે. આત્મ-રતિના એકમાત્ર અવગુણ સિવાય નાગરોમાં બીજી કોઈ એબ જોવા મળી નથી. (હું નાગર નથી.)

પણ નાગરોની સમકક્ષ જ મૂકી શકાય એવી બીજી પણ એક કોમ આપણે રૂમાલની ગાંઠમાં સાચવી રાખી છે, આ શ્રેણી માટે ! દાબડીમાં રાખી મૂકેલા મોતી જેવી આ 'રેર' જ્ઞાતિ બ્રહ્મક્ષત્રિયોની છે. આપણી સાથે ખાસ કાંઈ મિક્સ થાય નહિ એટલે ઉપરવાળા પાસેય એમને વિશે ઝાઝી જાણકારી નથી. સાબિતી એ જ કે હું ને તમે ૬૦-૬૫ સુધીમાં તો ઢળી પડવાના જ્યારે આ બ્રહ્મક્ષત્રિયો ૮૦-૮૫ની ઉંમરે તો હજી બીજા ૮૦-૮૫ ખેંચી કાઢે એવા મજબૂત અને ટકાઉ હોય છે. શહેરના બગીચાઓમાં બાંકડા મુકાવનારાઓ કે'દા'ડાના ઊકલી ગયા, પણ રોજ સાંજે ત્યાં બ્રહ્મક્ષત્રિય વડીલો અડીખમ બેઠા હોય.

બેઠા જ હોય ને ! કસરત અથવા મસલ્સના ગોટલા ફુલાવવાનું બ્રહ્મક્ષત્રિયોને વારસામાં મળેલું છે. શરીર અને મગજ બન્ને પહેલેથી કસરતી ! આવડું અમથું નનેકડું બ્રહ્મક્ષત્રિય બાળક જન્મથી જ હાથ પગ ઉલાળતું બહાર આવે છે. આપણા જેવા તો જન્મ પહેલાંય નવ-મહિના ધરમશાળાના રાતવાસાની જેમ આળસમાં ખેંચી કાઢ્યા હોય એટલે સાવ ટેંટા જેવા જન્મીએ ! વજન સાડા સાત પાઉન્ડ, એમાં તો

બધાને કહેતા ફરીએ, ''બાળકની તંદુરસ્તી સારી છે, હોં !''

જ્યારે બ્રહ્મક્ષત્રિયોનાં શરીરો પહેલેથી અખાડિયન ! ઘર સિવાય ક્યાંય મારામારીઓ કરવાની ન હોય છતાં વ્યવસાય દ્વારા શરીર પોલાદી રાખે !

હાસ્તો વળી ! બૉડીની માફક જીભ પણ ખડતલ ! આખાબોલા. ઘડીકમાં તો રાવસાહેબ ફાટફાટ થઈ જાય, જીભમાં ફુલાવવા જેવું કશું હોતું નથી, નહિ તો બાવડાની માફક જીભના ગોટલાય ફૂલવે... ક્ષત્રિય તો ખરા જ ને !

પણ તમે થોડુંઘણુંય 'લોજીક' વાપરી શકતા હો તો જાણતા હશો કે, આખાબોલા માણસો દિલના સાફ હોય છે, પટેલોની માફક...! પણ કોડાફાડ જીભડો હોવા છતાં પટેલો બિઝનેસમેનો ક્યાંથી બની ગયા ને આ લોકો કેવી રીતે રહી ગયા એ એક રહસ્ય છે. બ્રહ્મક્ષત્રિયો લગભગ બધા ૧૦થી ૬ વાળા ! નોકરો કરી ખાવાનો. અફ કોર્સ, એ લોકો પાછા ૯-૪૦ની બસ પકડવાવાળા નહિ ! મારૂતિ-ફારૂતિ પડી હોય કમ્પાઉન્ડમાં ! જે કોઈ નોકરી કરે એમાં ઊંચા હોદ્દે જ હોય. ગાડી કંપની આપે !... નહિ તો આ સૂર્યવંશીઓને સાચવવા એટલે ?... યાદ હોય તો આઝાદી પહેલાંની અમદાવાદની ગુજરાત કૉલેજમાં એક પણ બ્રહ્મક્ષત્રિયને 'નહીં દાખલ કરવાનો' ખાનગી સર્ક્યુલરેય જાહેરમાં બહાર પડ્યો હતો ! યસ... આઝાદીની લડતમાં આ કોમે જેટલો ફાળો આપ્યો છે એટલો ઘરમાંય નથી આપ્યો... એવરેજ બધાને ઘેર એક-એક બબ્બે બાળકો તો બહુ થઈ ગયા... જય શ્રીકૃષ્ણ !

યુરોપિયનો જેવા ગોરા ચીટ્ટા અને એથ્લેટિક ફિઝિક ધરાવતા આ બ્રહ્મક્ષત્રિયો આખરે છે કોણ ? બ્રાહ્મણમાંય નહિ કે ક્ષત્રિયમાંય નહિ... કે પછી ક્ષત્રિય હોવાનો બા'મણભાઈને ભ્રમ થયો માટે 'ભ્રમક્ષત્રિય' કહેવાયા ?

આજે પંજાબમાં માણસો કરતાં આતંકવાદીઓ વધારે પાકે છે એમ પહેલાં ત્યાં આંતકવાદીઓને બદલે ક્ષત્રિયો વધુ પાકતા ! સર જેમ્સ કેમ્પબેલે તેમના પુસ્તક 'Enthology of India નામના

પુસ્તકમાં લખ્યા મુજબ, ''મૂળ તો ભારત ઉપર આક્રમણ કરવા આવેલા એશિયા-માયનોર તેમજ અફઘાનિસ્તાનીઓમાંથી કેટલાકને (ઓછા ભાડાવાળી આ ભારતીય મોટેલ ફાવી જવાથી) અહીં જ ધામા નાંખવાનું સસ્તું પડ્યું. હિંદુ ધર્મ સ્વીકારી લીધો. હિંદુઓના બ્રહ્મત્વના સ્વરૂપને સ્વીકારી ક્ષાત્ર ધર્મનું આચરણ ચાલુ રાખ્યું માટે 'બ્રહ્મક્ષત્રિય' કહેવાયા !'' ...ઑમલેટની સાથે લાડુ ભેગો કરીને 'ઑમલાડુ' ખાતા હોઈએ એવું...!''

પણ ભારતનું ગ્રીનકાર્ડ-સૉરી, ભારતનું કેસરી કાર્ડ મેળવી લીધા પછી આ લોકો ખાસ તો પંજાબમાં વસ્યા... ત્યાંથી પછી આપણું ગુજરાત...

પણ પંજાબી ટચને કારણે હજી આપણા બધાની માફક કાકા કાકી કે ફોઈબા જેવા શબ્દો નથી વાપરતા... અનુક્રમે ચાચા, ચાચી અને 'બુવા' વપરાય છે. હિંદી ફિલ્મોમાં ૯૦ ટકા હીરોઈનો-યાદ હોય તો 'કરવા ચોથ' કરતી હોય છે-આપણે અહીં ગુજરાતીઓમાં કોઈ નથી કરતું, આ લોકો સિવાય ! માટે જ આ લોકો (પુરુષો) પુનર્જન્મથી બહુ ડરે છે.

પંજાબની અસર બ્રહ્મક્ષત્રિયોની અટકો ઉપરેય દેખાય છે. લાખીયા, કાનૂગા, ઠાકોર, સેતલવાડ, મુનશી, દીવાન, દીવાનજી, છત્રપતિ, દેસાઈ... અને એમ તો શાહ અને મહેતાય હોય... અટકોનું કામકાજ ધિંગાણા જેવું... થોડું કાંઈ ધાર્યું ઊતરે છે...!

આ જ મુદ્દે રાજ કપૂર, કે. એલ. સહગલ, વિનોદ મહેરા, લેખ ટંડન, બી. આર. ચોપરા, ગુલઝારીલાલ નંદા કે સોબર્સવાળી અંજુ મહેન્દ્રુને તમે બ્રહ્મક્ષત્રિય ગણી શકો... આ બધી અટકો એમનામાં હોય છે.

હા, એક-બે વાતો તમારી અવરજવર કોઈ બ્રહ્મક્ષત્રિયને ઘેર હશે તો હવે યાદ આવશે. ગમ્મત પડે એવી છે. સુરવાલ જામો તો આ લોકોનો 'જ્ઞાતિડ્રેસ' છે, પણ સફેદ લેંઘો અને સદરો તો બ્રહ્મક્ષત્રિયો દાંતના ચોકઠાની જેમ ભૂલ્યા વિના કાયમ પહેરવાના જ ! ઘેર પહોંચીને નાહી ધોઈને સદરો લેંઘો ચઢાવી જ લેવાના ! જોકે એમાંય એ લોકો

તો રૂપાળા જ લાગવાના... લાગે છે.

બીજું, બ્રહ્મક્ષત્રિયોનાં ઘર સાફસૂથરાં જ હોય... કચરો તો ઠીક, ઘરમાં અસ્તવ્યસ્ત તો સાસુય પડેલી ન હોય! આવાં ચોખ્ખાંચટક ઘરોને કારણે જ લક્ષ્મીજી સિવાયનાં તમામ દેવી-દેવતાઓ આવી આવીને મહિનો-મહિનો રહી જવાનાં! (બધી કોમો યાદ કરી જુઓ... લક્ષ્મીજીને ગંદકીવાળા વસવાટો જ વધુ માફક આવે છે...!)

ત્રીજું, બ્રહ્મક્ષત્રિય સ્ત્રીઓ હોય ધોળી દૂધ જેવી... દેખાવમાં ક્યારેક નાગરણોનોય જીવ બળી જાય, ઈર્ષ્યામાં પણ એવી! પણ સુંદરતાની સાથે બૅલેન્સ રાખીને ઈશ્વરે બ્રહ્મક્ષત્રિય સ્ત્રીઓને બુદ્ધિમાંય વ્હેંત ઊંચી બનાવીને એમના પુરુષો પર ન જાણે કયા જન્મનું વેર વાળ્યું છે! આજના જમાનામાં તો સાવ ગ્રૅજ્યુએટ જેવી યુવતીઓય ગ્રૅજ્યુએટ થઈ જતી હોય છે. જ્યારે બ્રહ્મક્ષત્રિયોમાં તો ઈવન આજની તારીખેય ૯૦-૯૫ વર્ષનાં 'માજી'ય એ જમાનામાં ગ્રૅજ્યુએટ થયેલાં જોવા મળશે... ગુજરાત છોડો યાર... પૂરા ભારતમાંય ૭૦-૭૫ વર્ષનાં ગ્રૅજ્યુએટ માજીઓ આટલી મોટી સંખ્યામાં બીજી કઈ જ્ઞાતિમાં જોવા મળે છે?

જમાઈઓવાળી જોક આ લોકોમાં નથી ચાલતી. (આ લોકો લખવા કરતાંય વારે ઘડીએ એક એક અક્ષર વાંકા વાળે. બ્રહ્મક્ષત્રિય શબ્દ લખતાં લખતાં મારેય આમથી તેમ આકારો બદલવા પડે છે, માટે ખિજાય તો ભલે ખિજાય, એમને ખીજવવા માટે જ વપરાતો એક સ્પેશ્યલ શબ્દ ''ખખ્ખાઓ'' (એય વાંકો) હવે પછી વાપરીશું...)

હા, આપણામાં જમાઈઓ ભલે પંક્ચરવાળા ટાયર જેવા દેખાતા હોય, પણ નામની પાછળ 'કુમાર', 'લાલ', 'રાય', 'ચંદ્ર' કે 'પ્રસાદ-ફ્સાદ' લગાવાતું હોય... ખખ્ખાઓ જમાઈને તુંકારે જ બોલાવે છે – દીકરો સમજીને, દીકરો ગણીને! હિંદુસ્તાનની આ એક જ કોમ એવી છે, જ્યાં દીકરી કરતાં વહુને વધારે લાડ-પ્યાર મળે છે. દહેજ ડાઉરી તો સંસ્કારી ખખ્ખાઓ સૂંઘતાય નથી... હા, જે.ગણવું હોય તે ગણો... મોસાળામાં રૂ. ૫૭.૫૦ જ આપવાના! ૫૮ નેય નહિ કે ૫૭-બી નહિ?

ધર્મ કયો સર્વશ્રેષ્ઠ?... જે પોતાના માણસોને નડે નહિ એ ! બધા ધર્મનું થોડું થોડું વાંચન ખરું, એ હિસાબે કહી શકું કે, હિંદુ ધર્મ જ સર્વશ્રેષ્ઠ છે... કારણ કે, બીજા ધર્મોનેય પોતપોતાની રીતે સર્વશ્રેષ્ઠ માને છે અને પોતાના માણસોનું જ લોહી પીતો નથી, નડતો નથી... ધરમના બાધને નામે ખોટાં કામો કરાવતો નથી... એ જ લાઇન પર રીતરિવાજોની વાત કરીએ. હિંદુઓમાં આ ખખ્ખાભાઈઓ વધુ સુખી છે. આમ નહિ કરવાનું – તેમ નહિ કરવાનું વાળી વાત જ નહિ... પોતે સુખી રહો અને બીજાને સુખી કરો એ જ રિવાજ... ન્યાતબહાર મૂકવા-ફૂકવાની વાત જ નહિ !

કહેવાય છે કે, જે લોકોને પરીક્ષામાં ચોરીઓ કરતાં ન આવડ્યું (ને ન છૂટકે જાત-મહેનતથી પાસ થવું પડ્યું !) એ લોકોને આખરે સમાજનું શિક્ષણ સુધારવાના દહાડા જોવા પડ્યા. ખખ્ખાભાઈઓ આ જ કારણે ઠેર ઠેર સ્કૂલો ખોલી બેઠા. ગુજરાતીઓ જાત-મહેનતથી મારા-મારી કરી શકે – ડરે નહિ. માટે આ લોકોએ વ્યાયામ શાળાઓ ખોલી, પોતાનાં ઘર કરતા હૉલમાં નાટકો જોવાં વધુ સારાં લાગે, એ માટે આ લોકોને નાટકોમાં કામ કરવું પડ્યું. સાહિત્ય અને પત્રકારત્વમાં ખખ્ખાઓ જેટલું અને જેવું પ્રદાન કોઈનું નથી.

કવિ નર્મદે 'ગુજરાતનો સર્વસંગ્રંહ' નામના ગ્રંથમાં બ્રહ્મક્ષત્રિયો વિશે આવી સરસ નોંધ લખી છે : ''આ જ્ઞાતિના પુરુષો દેખાવડા, ગોરા, નીલી આંખોવાળા, દેખાવે વાણિયા જેવા, પણ વધારે મોટા અને જોસ્સાવાળા છે.''

પણ આપણે તો એથીય આગળ વધીને કહીશું કે બ્રહ્મક્ષત્રિય પાડોશમાં રહેતા હોય, તો તમારા સગાભાઈ સાથે ઝઘડો થાય તો ચિંતા ન કરશો... આ લોકો એથીય વધુ પ્રેમ આપે એવા હોય છે.'

*તા. ૯-૯-'૯૨*

# ૧૧. ગો ઈસ્ટ ઓર વેસ્ટ, ઘાટણ ઈઝ ધ બેસ્ટ

આ મહારાષ્ટ્રીયનો તો ઘરમાંય પ્રવાસ કરતા નથી. કોઈ પણ હિલ સ્ટેશને જાઓ. ગુજરાતીઓ તો હોવાના જ. (ગુજ્જુઓ ઘરથી જલદી કંટાળી જાય છે.) જ્યારે મહારાષ્ટ્રીયનો તો મહારાષ્ટ્રના હિલ સ્ટેશનો ઉપર બી જોવા નહિ મળે... સિવાય કે કંપનીના ખર્ચે આવવાનું થયું હોય ! અને એ પણ વાઉચર પાસ થાય એટલો જ ખર્ચો કરવાનો !

ફાઇવ-સ્ટાર હોટલોમાં વેઇટરો તરીકે ઘણા ઘોન્ડુ પાન્ડુ કે ગાન્ડુ જોવા મળશે. બાકી હોટલોમાં કે પોતાના ઘરમાં ઊતરવા માટે... બેમાંથી જે સસ્તું પડતું હોય તે જોઈ લેવાનું !

મારવાડી અને મરાઠી વચ્ચે આ જ ફેર ! પેલા લોકો પાસે અઢળક પૈસો છે એટલે પૈસો વાપરતા નથી જ્યારે આ લોકો પાસે અઢળક પૈસો નથી, છતાં પૈસો વાપરતા નથી...!! નહિ. પૈસો નથી એવું નથી. ક્યાંક તો મારા તમારાથીય વધુ છે. પણ આ લોકોને પૈસો ક્યાં વાપરવો એના કરતાં ક્યાં ''નહિ વાપરવો'', એ વિશેની પૂરી જાણકારી છે... પત્ની પાછળ પગાર ખર્ચી નાખે, પણ ઑફિસની 'ઑફિસ-પ્રસિદ્ધ' સુંદર ટાઇપિસ્ટ પાછળ અડધી ચાય ન ખર્ચે ! સુંદરતા ક્યાં છે એની એમને ખબર છે !

આ ટાઇપિસ્ટ પરથી યાદ આવ્યું. આખા વિશ્વને કેરલા (કેરળ) જેટલા ટાઇપિસ્ટ કે સ્ટેનો અન્ય કોઈ રાજ્યે આપ્યા નથી. ટાઇપ-રાઇટર બનાવતી વિશ્વભરની કંપનીઓના માલિકો એમના સેવા-પૂજાના રૂમમાં ભગવાનોને બદલે કેરલના નાયરો, થોમસો, ઐયરો કે મેથ્યુઝોના ફોટા રાખી રોજ ફૂલહાર કરે છે. એ જ રીતે આખી

દુનિયામાં આખેઆખું રાજ્ય ૯-૪૦ની બસ પકડવાવાળું હોય, તો તે ફક્ત મહારાષ્ટ્ર જ છે ! ભારતભરની નોકરીઓ મહારાષ્ટ્રીયનોને લીધે જ ચાલે છે અથવા તો દેશની ઑફિસોને કારણે જ આખું મહારાષ્ટ્ર ચાલે છે.

પોતે ભૂલેચૂકેય કરોડપતિ ન થઈ જાય એટલા માટે મરાઠીઓ મહેનત પણ પુષ્કળ કરે છે. ‘આમચી મુંબઈ’ અને ‘આમચા મહારાષ્ટ્ર’ના પુટ્ટન પ્લાન હેઠળ મુંબઈમાંથી ગુજરાતીઓને હાંકી કાઢવાની યોજના ફેઈલ ગઈ એટલે હવે મુંબઈની સરકારી ઑફિસોના ઊંચા સ્થાને ક્યારેક એકાદો ગુજરાતી દેખાય છે. ગુજ્જુઓને કારણે નોકરી નહીં મળવાથી, ન-છૂટકે મરાઠીઓને ધંધામાં પડી લાખોપતિ બનવાના દહાડા ન આવે અને હવાફેર માટે હિલ સ્ટેશનોએ જવું ન પડે એ માટે જ આ લોકોએ રાષ્ટ્રગીતની માફક ‘રાજ્ય ગીત’ બનાવવું પડ્યું છે, ‘ગો ઈસ્ટ ઓર વેસ્ટ, ઘાટી ઇઝ ધ બેસ્ટ.’

વ્હી. શાંતારામની ફિલ્મ જુઓ કે અમોલ પાલેકરની ટી.વી. સીરીયલ જુઓ, ટાઇટલમાં ૯૯.૯૯ ટકા નામોમાં રાંગણેકર, ભાટવડેકર, દેશપાન્ડે, માલવડે, ભડકમકર, ઘાસતોડેકર... બસ કર બસ કર... (આ ‘બસ કર’ કોઈ અટક નથી પણ ‘બસ’ કરવાનું... ‘થામ્બા’ કહ્યું છે... જો કે, આ તો મરાઠીઓ છે. એ લોકોમાં સાચેસાચ ‘બસ કર’ કે ‘ચાલુ કર’ અટક હોય તો નવાઈ નહિ.) કેટલીક અટકો તો ગાળો બોલતા હોઈએ એવું લાગે... તો કેટલીય અટકો એવી છે જે બોલતાં થૂંક ઊડે... એમાંય પોતાની આ અટક કેવી રીતે પડી એનો ૧૦માંથી ૯ મરાઠાઓને ખ્યાલ જ નથી હોતો... ગાયતોન્ડે કે ચિલવીલકર અટકવાળાને પૂછો તો જોજો કે તમારી અટકનો અર્થ કે ઈતિહાસ શું ?

અટકની કૉમેડી ભાષામાંય ખરી. મરાઠી ભાષા બેશક બંગાળી કે ઉર્દૂ જેવી જરાય મીઠડી તો નહિ જ ! બે મરાઠીઓ વાત કરતા હોય ત્યારે બગીચામાં ફૂલો ઊગી નીકળે, ઝરણાંઓ હસું હસું કરતાં શરમાઈ જાય, સાઈકલના ટાયરમાં હવા ભરાવા માંડે, સદ્યસ્નાતા (એટલે કે

બાથરૂમમાંથી તાજી જ નાહીને બહાર આવેલી) સ્ત્રી પોતાના ભીના વાળ ઝાટકે ત્યારે હિનાની ખુશ્બૂ આવવા માંડે કે પછી મકાનને ધાબે મોરલો કળા કરવા માંડે... ને ઢેલને પોતાની પાસે બોલાવે... એવું કાંઈ જ બનતું નથી મરાઠી ભાષા સાંભળીને ! બહુ બહુ તો ઑફિસ છૂટવાનો સમય થાય કે વાત થોડી પવિત્ર હોય તો ભગવાન શ્રી ગણેશ પ્રસન્ન થાય.

તેમ છતાંય મરાઠીઓનો ભાષાપ્રેમ ગુજરાતીઓએ ખાસ શીખી લેવા જેવો છે. મહારાષ્ટ્રીયનો ગમે તેટલા ઊંચા સ્થાને પહોંચ્યા હોય, એક બીજા સાથે વાતો ફક્ત મરાઠીમાં જ કરવાની. ઇંગ્લિશ ઉપર ગુજ્જુઓ કરતાં ઘણું સારું પ્રભુત્વ, છતાં ગુજરાતી કુલ મળીને ચાર વાક્ય ઇંગ્લિશનાં બોલતાં શીખી ગયો એટલે ઝાલી રાખવો પડે. ભારે ઝનૂનમાં આવી જાય. જે કોઈ એની અડફેટમાં આવે એની આપણને દયા આવી જાય કે, 'શું કામ પેલાને ''હેલ્લો'' કરવા ગયો તો ?' સાવ જ નવી શોધ મુજબ ગુજરાતીઓ સામાને કે સામીને ઇમ્પ્રેસ કરવા નવો શબ્દ બોલવા માંડ્યા છે, 'બ્લાબ... બ્લાબ.. બ્લા (ઑક્સફર્ડ ડિક્શનરી મુજબ એનો અર્થ - ''મૂર્ખાઈભરી વાતો કરવી.'' બોલો... ગુજ્જુઓને તો ફાવે જ ને !)

અને ભાષાપ્રેમમાંય જો હસવાનું મળે તો ઉદાર પણ ખરા. થોડી વલ્ગેરિટીય ચલાવી લે. થોડું થોડું એવું માણેય ખરા ! એવી રીતે હસાવનારા આચાર્ય અત્રે કે દાદા કોન્ડકે જેટલી લોકપ્રિયતા મહારાષ્ટ્રના શિક્ષિત વર્ગોએ જ દ્વિઅર્થી કોમેડીને ખૂબ ચાહી છે.

પણ જવા દો, યાર... આ રાજ્યે જેટલું આપ્યું છે એટલું બીજા કોઈએ નથી આપ્યું. આખા ભારતમાં હાસ્યલેખકોની સંખ્યા અને ગુણવત્તામાં બંગાળના બીજા પછી ગુજરાતનો ઠેઠ ત્રીજો નંબર આવે... સચ્ચી ! કોઈ પણ મરાઠીનું ઘર ખોલી જુઓ. એમાંથી એકાદો નહિ પણ આખું-અડધું-પા કુટુંબ જબરજસ્ત સાહિત્યપ્રેમી હોવાનું. કાં તો પછી પીંછીઓના લસરકાઓનો એ દેશ હશે, કાં તો એમાં ગાવસકરો કે તેન્ડૂલકરો પેદા થયે રાખતા હશે ! 'લાવણી'થી વધુ સુંદર નૃત્ય કોઈ

હોઈ શકે ખરું ? લતા મંગેશકર તો સમજ્યા કે મહારાષ્ટ્રની ન કહેવાય, સકળ બ્રહ્માંડની કહેવાય, પણ કિશોરી અમોણકર કે પ્રભા અત્રેને સાંભળ્યાં પછી ઘણા પુરુષોને 'સ્ત્રી ગાયિકા' બની જવાના રીતસર હુમલા આવતા હોય છે હુમલા ! ''મી ડોલ કર ડોલકર... ડોલકર..., દર્યાચા રાજા'' જેવાં કોળી ગીતો સાંભળ્યા પછી નદી- ઝરણાનું સંગીત તો વાયડું પડે વાયડું ! એ બધું તો ઠીક પણ મહારાષ્ટ્ર જેવો ભ્રષ્ટાચાર તો આપણા દેશમાં અઢીસો-ત્રણસો વર્ષો પછી માંડ શરૂ થઈ શકશે. કોઈ દિ' અંતુલે, શરદ પવાર કે બાબા સાહેબ ભોંસલેનું નામ સાંભળ્યું છે...?

આ બધું સાચું લખ્યું છે કે દીધે જ રાખ્યું છે, એ જાણવા માટે મુંબઈ, કોલ્હાપુર કે પૂણેં એએ... જવાની જરૂર નથી. મરાઠીઓ આખી દુનિયામાં ફેલાયેલા નથી, પણ આપણા ગુજરાતને તો એ લોકો સગા ભ'ઈ-ભાભીના ઘર જેવું જ પોતાનું સમજીને રહે છે. ગુજરાતમાં વસતા મહારાષ્ટ્રીયનો મહારાષ્ટ્ર કરતાંય ગુજરાતને વધુ ચાહે છે. અડધું વડોદરું મરાઠીઓથી ભરેલું છે. મણિનગરની દક્ષિણી સોસાયટીને કારણે તો બાકીનું અમદાવાદ ઊભું કરવું પડ્યું. લાલ દરવાજા પાસેનો ભદ્ર વિસ્તાર મરાઠીઓને કારણે જ 'ભદ્ર' લાગે છે. નવરંગપુરાની મહારાષ્ટ્ર સોસાયટીમાં એકાદ ઘરે ઓળખાણ હોય તો જવા જેવું ખરું... લાંઇબ્રેરી, સૂરમંદિર કે કોનાર્કનાં મંદિરોમાં આવી ચઢ્યા હોવાની ભ્રાંતિ થશે. સુરેન્દ્રનગર જેવો ગણેશોત્સવ તો સુરેન્દ્રનગરમાંય નથી થતો. આઘાત એ વાતનો આજે ય લાગે છે કે, મહારાષ્ટ્રના મરાઠીઓ ગુજરાતીઓને છેલ્લી કક્ષાએ ધિક્કારે છે. નોકરી-ધંધો ગુજરાતીઓ જ આપી શકે છે. ખાવાનું એમનું ને ખોદવાનું ય એમનું.

હા બાપ્પા... ગણપતિ યાદ આવ્યા એટલે આ મામલે ગણપતિ બાપ્પા સાથે બે ઘડી ઝઘડી પડવાનું મન થાય છે. આપણને કોઈને નથી ફળ્યા એટલા મરાઠીઓને ફળ્યા છે... રીતસરનો પક્ષપાત જ ! (આપણી લક્ષ્મીજી માટે આખો દેશ જીવ બાળે છે... શું કરીએ ?). હિંદુ ધર્મને ટકાવી રાખવા કે ઊજળો બનાવવામાં પ્રભુ શ્રી ગણેશ પછી

બીજા નંબરે મહારાષ્ટ્રીયનોનો જ ફાળો છે, એટલા ઉમંગથી દર વર્ષે ગણેશોત્સવ ઊજવાય છે ને? ''ગણપતિ બાપ્પા મોર્યા... પુંઢ્ચ્યા વર્ષી લવકરયા!''

'લવ કર' એટલે જલદી કર... આ કોઈ અટક બટક નથી કે લવ કરવાનું નોતરું નથી પણ સાચ્ચમ સાચ્ચો 'લવ' કરવા મળે, તો મરાઠી છોકરી ઉપર છેવટે કટકે-કટકેય જાન કુરબાન કરી દેવો. તમારી જિંદગી બની જશે બૉસ જાન કુરબાન કર્યા પછી તો! એક તો હોય એવી સરસ નમણી, પતલી, લાંબા વાળવાળી, કલાપ્રેમી અને સંસ્કારી કે બીજી-ત્રીજીવાર પ્રેમમાં પડવું હોય તો મરાઠી છોકરી જ પસંદ પડે... એની વે, જે થતાં થઈ ગયું છે એ મિટવાનું નથી... નેકસ્ટ ટાઈમ!!

બીજોય ફાયદો છે ત્યાં પરણવાનો! એક તો ત્યાંના રિવાજ મુજબ, ચારને બદલે સાત ફેરા ફરવા મળે (આલ્બમમાં ત્રણ ફોટાનો વધુ લાભ), બીજું, લગ્ન ભોજનમાં ભાત જ દીધે રાખવાનો? ત્રણવાર ભાત પીરસાય... વળી, ઘરમાં સ્ત્રીઓનું મહત્ત્વ જ સેકન્ડરી. રાજ પુરુષોનું જ ચાલે...!! ભલે રોજ શાકમાર્કેટમાં ભ'ઈ પોતે જ થેલી લઈને વખત-રહેંટ-મૂળ- નાળ-અંકી-બાંકો અને જગુ કરતા હોય, પણ આખરી અવાજ તો શેઠનો જ!

હા, એક વાત છે.

ચિમનભાઈ જેવા ચિમનભાઈને ઈશ્વરનો અને ઊર્મિલાબેન કરતાંય વધુ ખોફનાક ડર પણ એક મહારાષ્ટ્રીયન ટાયગ્રેસ (વાઘણ)નો જ લાગે છે ને? મેધા પાટકર તમારી દુશ્મન હોય એ પછી ઈશ્વર-ફીશ્વરથી બહુ ન ડરવું જોઈએ...!!

*તા. ૨૪-૧૧-'૯૨*

# ૧૨. લવ બી કીંઢો ને લફરું બી કરયું !

આ લેખ લખવા માટે મારી સામે ડેસ્ક ઉપર પારસીઓને લગતા ૩ અંગ્રેજી, ૩ ગુજરાતી પુસ્તકો, એક પારસી છાપું, એક અંગ્રેજી સામયિક 'પારસીયાના' અને આઠેક પારસીઓના ઈન્ટરવ્યૂ લીધેલી ૩ કેસેટો પડી છે.

અને એ બધું નિચોવી નિચોવીને આ અઢી રૂપિયાવાળી પેન વાટે જે અર્ક નીકળી રહ્યો છે એ મુજબ 'ખાસ બાત યે હૈ કિ... (૧) પારસીઓ ભેજાંગેપ માણસો છે. (૨) પારસીઓ આપણામાંથી ઘણાબધા કરતાં વ્હેંત ઊંચા (જીનિયસ) માણસો છે. (૩) લઘુમતી હોવા છતાં પૂજવી હોય તો પૂજી નંખાય એવી પવિત્ર કોમ છે આ !

હાઈ... લ્લા ! છેલ્લા સપ્તાહથી આ બધું ભેગું કરવા માટે હું પારસીઓની પાછળ પડી ગયો હતો એ આખી પ્રોસેસ કેવી ખુશનુમા હતી, કેટલું હસ્યો હોઈશ હું, મારા ગાલ ઉપર કેટલી પપ્પીઓ થઈ હશે...!!

બેશક તમે બધા મારી ઈર્ષા કરો જ, યાર ! અરે લતા ગાતી હોય, બર્મનદાદાનું કમ્પોઝિશન હોય ને પં. શામતાપ્રસાદને તબલાં વગાડવા દાદાએ ખાસ બોલાવ્યા હોય, એ ગીત 'જાને ના તું સાંવરિયા' (ફિલ્મ : મેરી સૂરત તેરી આંખે)નું સ્ટુડિયોમાં થતું રેકોર્ડિંગ જોવા સાંભળવાનું ચૂકી ગયા હોઈએ, એવી મારા માટે તમને 'જેલસી' થવી જોઈએ, બૉસ ! પારસીઓ કોઈ લારીઓમાં વેચાતા હાથરૂમાલ નથી, કે જ્યાં ત્યાં ભટકાય... નાનો ટુકડો પણ સિલ્કનો છે... માથે ચઢાવો તો તાજ લાગે !

બસ, આ જ એક કારણ છે કે પોતાને ભેજાંગેપ કહેનારી આ કોમ કેટલી મર્દ કોમ હશે ! એ લોકોય જાણે છે ને હું ને તમેય જાણીએ છીએ કે, આ લોકો ભેજાગેપ નથી... મૅડ-કેપ નથી. પણ 'અપને પે હંસ કે જગ કો હંસાયા'વાળી ઊંચી વાત છે. તમને ખુશમિજાજ રાખવા માટે ફિલ્મ પોતાની ઉતારવી ને એક આંખ મીંચકારતાં કહી દેવું, 'અશોકભાઈ, તમે તારે લખજો કે ડસમાંથી નૌ પારસીઓ ભેજાગેપ હોય ચ...' ને એમાંય ખિજાયેલી પારસી-પત્ની પતિને ધમકાવી નાંખતાં કહે, ''તમે બી સું એવણને આપણી કોમ વિશે ખોટ્ટેખોટ્ટું લખાવો ચ... અશોકભાઈ, તમે દીન્યારની એક બી વાત સાચ્ચી નહિ માનતા... પારસીઓ દસમાંથી નૌ નહિ, દસે-દસ ભેજાંગેપ હોય છે, એવું લખજો...''

સ્વ. જ્યોતીન્દ્ર દવેએ તો લખી નાંખ્યું, ''અશોક પારસી હતો'' (...અશોક દવે નહિ, સમ્રાટ અશોક... અશોક તે સમ્રાટનો બી ફાઢર !) પણ હવે એમાં સુધારો કરવો પડશે કે, 'ચાર્લી ચેપ્લિન પારસી હતો...' રમત વાત નથી કે, પોતાને ચક્રમ બનાવીને બીજાને હસાવવા ! ચાર્લીની આત્મકથા વાંચી જુઓ. પારસીઓનો ઈતિહાસ વાંચતા હો એવું લાગશે. એ જ દુઃખદર્દ, એ જ મજાકો, એ જ યાતનાઓ, દુઃખોને હસી કાઢવાની એ જ આર્ટ... (એ જ લફરાંઓ...!' ...એવું લખી નાખું ?... હમણાં જવા દો... કોઈ પારસણને પૂછીને લખીશ !)

આ પારસીઓ મોંઘા ભાવની મીણબત્તીઓ જેવા છે. ધીમે ધીમે ખલાસ થતા જાય છે પણ બીજાઓ ઉપર લાઈટ મારવાનું ચૂકતા નથી. ક્યારેય સાંભળ્યું પારસીઓ કોઈને નડ્યા હોય ? તમે જ બોલોની, તમારે એકેય પારસી સાથે દુશ્મનાવટ છે ? જેનું દૂધ પીએ એને જ બચકું ભરે એવું સંતાન નથી આ ! તમે એનું પાંચ રૂપરડીનું કામ કરી આપ્યું હોય તો વળતા હુમલા તરીકે તમારા ગાલ ઉપર એક સોજ્જી-મજાની પપ્પી કરી આખી જિંદગી તમારો ઉપકાર નહિ ભૂલે. કોઈ ને કોઈ રીતે બદલો વાળી આપે (...એનો અર્થ એવો નહિ કે, રોજ

સવારે તમારા ઘેર આવીને પપ્પીઓ કરી જશે... એ હિસાબે તો ગુરુ... તમારી બદમાશીઓ જગમશહૂર છે. આ ભાવમાં પપ્પીઓ પડતી હોય તો તમે કોક પારસીનું કામ કરી આપી, રોજ સવારે એના ઘરે જઈને ઊભા રહો એવા છો... બ્રશ કર્યા વગર !)

પેલી મીણબત્તીવાળી વાતનો રેફરન્સ ઠેઠ હવે આવે છે. એક તો આખા અમદાવાદમાં ટોટલ પારસીઓ માત્ર ૨૦૩૯ છે. ('૮૮ના સર્વે મુજબ) સુરતનો આંકડો થોડો મોટો ને મુંબઈમાં સૌથી વધુ... પણ એ બધુંય ભેગું કરો તોય આખો એક દેશ બનાવી શકાય પારસીસ્તાન, એટલી મોટી સંખ્યા નથી થતી... આખી દુનિયાના પારસીઓ ભેગા કરો તો બહુ બહુ તો 'ચંદ્ર' ઉપર રહેવા મોકલી શકાય, ખાડિયા તો મોટું પડે !

એટલે એક તો સાવ નાનુંઅમથું ગામ ને એમાંય પારસીઓ વિચાર-વિચાર બહુ કરે એટલે લગ્ન ઠેઠ ૩૫-૪૦ની ઉંમરે તો પહેલી વારના કરે. આળસુ બહુ એટલે રહી રહીને માંડ હમણાંથી વળી છૂટાછેડાનું પ્રમાણ વધવા માંડ્યું... એમાંય પોતાની જ્ઞાતિ પ્રત્યે સમતા જ ન રહી હોય એવી પારસી છોકરીઓ બહાર બહુ પરણવા માંડી છે. છેલ્લા ઑગસ્ટના અહેવાલ મુજબ એકલા મુંબઈની જ ૨૪ પારસણો બીજે પરણી છે. બસ... આ અર્થમાં પારસીઓ સાવ બ્રાહ્મણો જેવા છે... પોતાને ખલાસ કરવા પોતે જ સમર્થ છે... એની ભીખ માંગવા બહાર નહિ જવાનું...!

અને ઘટવાની રફતાર આ જ રહી તો પારસીઓ માટે કવિશ્રી મનહર મોદીએ તગડો શેર તૈયાર જ રાખ્યો છે.

*'મારી કને કશુંય નથી એમ ના કહું,*
*મારું બધુંય હોય છે મારા સિવાયમાં.*

આ પારસીઓ આપણાથી થોડાઘણા અતડા રહ્યા છે, એટલે એમને વિશે જાણવાનું બહુ અઘરું પડે એવું છતાં ગમ્મતવાળું હોય છે. બોલો તમને ખબર હતી કે, એ લોકોમાં સગા મામા, કાકા, માસી કે ફોઈનાં દીકરા-દીકરી સાથે 'જ' અથવા 'પણ' લગ્ન થાય ! (સગી

બહેનને ત્યાં ઘોડિયું બંધાય તો ભાઈ પોતાની બાઈને કહી શકે. ''વહુ આવી.'' એ જ રીતે, પતિને 'તું-તા' થી જ બોલાવવાનો (આપણામાં તો ઘણાં પત્નીને ''આપ-આપ'' સંબોધે છે ને?... હોતા હૈ... હોતા હૈ...) બ્રાહ્મણ-લોહાણાઓની જનોઈ (યજ્ઞોપવીત)ની જેમ આ લોકોના બાળકોનેય 'નવજોત' આપે છે... ને બચ્ચાને 'જરથોસ્તી' બનાવે છે.

પોતે મૂળ 'ગ્રીક' છે એવું નાગરો ભારે ઉત્સાહપૂર્વક કહેતા હોય છે, પણ એ વાતને ક્યાંયથી કોઈ ઐતિહાસિક સમર્થન મળતું નથી, પણ પારસીઓ ઈરાનના છે અને ગ્રીક-ટચ છે એ વાત તો ઈવન ચકલીવાળો જ્યોતિષી પણ ફૂટપાથ પર બેઠા બેઠા કહી શકે છે.

આપણા લોકોએ પારસીઓને પ્રેમ જીતવા માટે બે-ત્રણ બાબતોય સાચી સમજી લેવાની છે. પારસીને જોયો નથી ને જાણે આપણને બહુ પ્રેમ ઊભરાઈ ગયો હોય એમ, ''કેમ છો, બાવાજી?'' બૂમ પાડીએ છીએ, પણ આ શબ્દ એમને ગમતો નથી. 'બાવાજી' એ લોકો અંદર અંદર પિતાજી માટે વાપરે છે... આપણાથી આડેધડ ન વપરાય. એ જ રીતે, અધૂરા જ્ઞાનવાળા કેટલાક લોકો એવું માને છે કે, પારસી ગૂજર પામે એટલે મૃતદેહને કૂવામાં ફેંકી દે છે ને ગીધડાં ખાઈ જાય! વાસ્તવિકતા સમજવા જેવી છે. 'અગ્નિ'ને પારસીઓ દેવ માને છે એટલે એ લોકો સિગારેટ નથી પીતા તેમ જ મૃતદેહને અગ્નિ ચાંપવો પાપ ગણે છે, પણ એથીય મોટો પવિત્ર હેતુ એ છે કે, આર્થિક રીતે ખૂબ સધ્ધર ન હોવા છતાં પારસીઓ દાન- ધરમમાં ઊંચા સખાવતી છે. પરધર્મીઓ માટેય દાન તો આ લોકો જ કરે! એટલે મૃત્યુ પછી દેહનું દાન પણ અબોધ પક્ષીઓને કરી દેવું એ હેતુથી આપણા સ્મશાન-કબ્રસ્તાનને બદલે એમનામાં 'ટાવર-ઑફ-સાયલન્સ' (દોખમું) છે. જ્યાં પૂરી અદબ અને પવિત્રતા સાથે મૃતદેહને ઉતારાય છે, આશ્ચર્ય એ વાતનું છે કે, આપણા ઈલેક્ટ્રિક-સ્મશાનગૃહ કરતાંય વધુ ઝડપે ગીધ તેમજ અન્ય પક્ષીઓ મૃતદેહનો નિકાલ કરી નાખે છે... (હવે તમે બોલો... પશુ- પક્ષીઓનું માંસ ખાનારાઓને શું

કહેવાય?)

છાપાંઓની મૃત્યુનોંધને પારસી છાપાંઓ ‘મરત્યુક’ કહે છે. બેસણાને ઉઠમણું. એમની મૃત્યુનોંધ પણ વાંચવા જેવી હોય છે, ‘ગુલામાય ફરામજી દારૂવાલા, તે મરહૂમો ધનમાય તેમજ કાવસજીના દીકરી તે હોરમસજી નરીમાનના ફૂઈની દીકરી ગૂજર પામીયા છે...”

આવું વાંચીને કંઈક નવું કરી બતાવવાના ઉત્સાહમાં અમારા ૯૨ લાખ જોખમોના ધણી જેન્તી જોખમે બૅન્કવાળા પરવિણ ચડ્ડીના સસરા ગુજરી ગયા ત્યારે મૃત્યુનોંધની આવી જાહેરખબર છપાવી એમાં હિંદુ ડાઘુઓ ઊંધુ સમજ્યા ને જા.ખ.માં જેટલાં જેટલાં નામો લખ્યાં હતાં, એ બધાને ત્યાં ધોતિયાં લઈને પહોંચી ગયા હતા.

નામો અને અટકો પારસી જેવા ક્યાં મીઠડાં લાગે? યઝદી, કરંજીયા, મીનુ નારિયેલવાળા, ફીરોઝ દાવર, રોહિન્ટન દીનાઝ, શીરિન દસ્તૂર, મ્હેરનોશ પેરીન, મ્હારૂખ, વીરા, પોલી ઉમરિગર, કેકી ડૉક્ટર, પીલુ મોદી, દરાયાસ એંજીનીયર, પેસી... અને...

એમની ભાષા... ‘મેહરનોશ સોડાવાલા તો ફેનીના લવને વાસ્તે મનમાં જ પન્યો ને મનમાં જ રાંડિયો. ફેનીએ ટો લવ બી ઘન્નો જ કીઢો ને લફરાં બી ઘન્નાં જ કરયાં... મેં કીઢું, “માહરા ડિલમાં ઊલટાસૂલટી કરીને તારહા વાસ્તે થોડી ઘની જગા કરી આપીશ... તો તેવણને પડતા મૂકીને આય મ્હારા ગાલ ઉપર જ ચુંબનોની કોકટેલ પાર્ટી એનાઉન્સ કરી દેને તો ખોદાયજી ત્હારું બી ભલું કરશે...’

સાહેબજી...!

તા. ૨-૧૨-’૯૨

# ૧૩. સિંધીઓ બહુ મઝાના માણસો છે

ગુજરાતમાં કોઈ પણ જાતના વિવાદ વગર લગભગ બધાને વહાલુડી-મીઠડી લાગતી હોય એવી તો એક જ કોમ છે, પારસી. ઊંચી રમૂજવૃત્તિ અને ગળથૂથીને બદલે શાંતિ પિવડાવી હોય એવા શાંત સ્વભાવને કારણે એ લોકો કાઢી નાંખવા તૈયાર હોય તો સેકંડના ભાવે એમની પાસેથી મળે એટલી શાંતિ ભેગી કરી લેવા જેવી ખરી !

અને પારસીઓની જેમ સિંધીઓએ પણ ગુજરાતમાં આવીને રીતસરની લૂંટો જ ચલાવી છે — ગુજરાતીઓનાં હૃદયો લૂંટવાની ! ગુજરાતીઓ વખત આવે પૈસા લૂંટાઈ જવા દે-નો પ્રૉબ્લેમ, પણ પોતાના હૃદયને તો બીજા કોઈને હાથ પણ અડવા ન દે. તો વિચાર કરો કે, આવા ગુજરાતીઓને પોતાના કરી, ભાડે લીધેલાં દિલોનો ગુજરાતની પ્રજાની પ્રેમાળ મંજૂરીથી માલિકીહક ભોગવવો એ કોઈ નાનીસૂની વાત છે ?

પારસીઓ અને સિંધીઓમાં એક વાત કોમન છે. આ બેમાંથી કોઈ ગુજરાતને ક્યારેય નડ્યા નથી. પારસીઓના દેશ પર્શિયા (એટલે કે હાલના ઈરાન)માં કંઈ ગરબડ થાય કે સિંધીઓના વતન સિંધમાં ભીષણ કબજિયાત ફાટી નીકળે તો આ લોકો પોતાનું પેટ ચોળવા બેસતા નથી. જે દેશનું ખાય એ દેશની જ વફાદારી ! વળી વટલાયેલો પારસી કે સિંધી હોઈ ન શકે. જન્મે ચાઈનીઝ હોય ને પછીથી વટલાઈને પારસી બન્યો હોય એમ ન બને કે સિંધી પણ ગમે તેવો હોય, પણ હોય 'ઓરિજિનલ.'

એ હિસાબે તો આપણા ભારતીયોની વફાદારી 'કૂતરા જેવી !' આપણા કોઈ સંબંધીઓ ઈંગ્લૅન્ડ-અમેરિકા સેટલ થયા હોય તો તપાસી જોજો. ત્યાંનું ખાઈને ત્યાંનું ખોદશે નહિ ! ચામડી ભારતની હોય તેથી શું થઈ ગયું ? ત્યાંની સિટીઝનશીપ હોય ને જીવનભર રોટલા એ ધરતીના જ ખાવાના હોય તો ભારતીયો પોતાની માની કૂખને બદનામ નહિ કરે...! કાલ ઊઠીને ભારત અને અમેરિકા વચ્ચે યુદ્ધ ફાટી નીકળે એમ ! અમેરિકાના વતની થયેલા ભારતીઓ ત્યાંના લશ્કરમાં જોડાઈને આપણી સામે જ બંદૂક તાકતા આવે તો એમને મારવાય પડે અને એમના હાથે મરવાનું આવે તોપણ ફખ્રથી આપણું માથું ઊંચું રહે ! આ ભારતનું કલ્ચર છે, સંસ્કાર છે, લોહી છે, ઈતિહાસ છે... દુશ્મન-ટીમમાંથી બૅટિંગ કરવા છતાં ભીષ્મ પિતામહને અર્જુનને હાથે જ ક્લીન-બોલ્ડ થવામાં જ 'મર્દને છાજે એવું મોત' જણાય છે અને સાથે સાથે અર્જુન પણ એમ નથી વિચારતો કે આપણે રહો શ્રીકૃષ્ણના રાજમાં... ને છાને ખૂણે જય દુર્યોધનની બોલાવે ! અન્નની કિંમત ભારતીઓ કરતા બીજું કોઈ શું જાણે ? આપણે ચાઈનીઝ જમ્યા હોઈએ તો ઓડકારેય ચીની ભાષામાં ખાઈએ...!

આ દૃષ્ટિએ સિંધીઓ આપણા કરતાંય વધુ ઊંચા ભારતીયો છે. પારસીઓ દૂધમાં સાકર ભળે એમ ભળી ગયા. સિંધીઓ તો પોતાનું જ હતું તે બધું ત્યાં મૂકતા આવ્યા અને ભારતને પોતાનો દેશ બનાવી દીધો !

પણ સિંધીઓ મઝાના માણસો કઈ રીતે ? મારા ઘણા મિત્રો સિંધી છે અને એમનું કલ્ચર નજીકથી જોવાનો લહાવો મને મળ્યો છે. મેં જોયા છે એ તમામ સિંધીઓ આનંદી અને હસમુખા જ જોવા મળ્યા છે. ડાચું પડી ગયું હોય એવો સિંધી તો સ્મશાનમાંય જોવા ન મળે ! જાત ઉપરેય હસી શકે. શાંતિ સિંધીઓના લોહીમાં છે. આજ સુધી ગુજરાતમાં કે અન્ય ઠેકાણે સિંધી કોમે ક્યારેય કોઈ તોફાન મચાવ્યું હોય એવો એક પણ કિસ્સો સાંભળ્યો છે ? અન્યની સરખામણીમાં જાણે-અજાણે સિંધીઓને અન્યાય પણ સૌથી વધુ થયો છે. એમના

વિશે અખબારો કે મૅગેઝિનોમાં ભાગ્યે જ ક્યારેક કાંઈ લખાયું છે. પોતાના વાજબી હક્કો માટેય આ પ્રજા ક્યારેય લડી નથી. શાંતિથી જ બધું સહન કર્યું છે. અહિંસા તો એટલી હદની કે ઘડીભર તો આપણને એમ થઈ જાય કે શું મહાત્મા ગાંધી પણ સિંધી નહોતા ને? તમારી ઑફિસના સ્ટાફમાં સિંધી હોય કે સિંધી-માર્કેટનો કોઈ કાપડિયો હોય, કાવાદાવા કે ઝઘડા એમના તો, જવલ્લે જ જોવા મળશે! પીઠ પાછળ ઘા એ લોકોને ફાવેય નહિ!

· પોતાના નામ અને અટકથી પણ સિંધીઓ રમૂજ પેદા કરી શકે છે, 'માલપાણી' કે 'આકાશવાણી' જેવી અટકોમાં 'અણી' હંમેશાં કેન્દ્રસ્થાને છે. કકવાણી, પર્સવાણી, મંશારામાણી, ચાંદવાણી, આવતાણી, ગંગવાણી, ચંદીરામાણી, ખાલી રામાણી (એટલે કે 'ચંદી' વગરનું ખાલી 'રામાણી') જોકે ખરેખરી 'ખાલીરામાણી' અટક હોય તોય નવાઈ નહિ!) કૂદકાણી-ભૂસકાણી... એટલી બધી અણીઓ ભેગી થઈ છે કે રાષ્ટ્રીય અને આંતરરાષ્ટ્રીય વિભૂતિઓનું સિંધીકરણ કરવું હોય તોય મોભો પડે એમ છે. જેમ કે જ્યોર્જ બુશાણી, મધર ટેરેસાણી, અશોક ભટ્ટાણી, અમિતાભ બચ્ચાણી, મહેશ ઠાકરાણી, ઈમરાન ખાનાણી, દેવેન્દ્ર બારોટાણી, ચિમનભાઈ પટલાણી... સૉરી સૉરી... સૉરી! પટેલનું પટલાણી કરવામાં જોખમ છે... બહુ બહુ તો 'પટેલ ચિમનાણી' કરી શકાય!

પરંતુ કચ્છ બાજુ અને ખાસ કરીને રાજકોટ બાજુ લોહાણા મિત્રોની અટકોમાં 'અણી' તો આવે જ છે. રાજકોટ તો આખેઆખું 'અણીશુદ્ધ' છે ત્યાં દર પાંચમી દુકાને એક પાટિયું તો 'ખેમાણી, માધાણી, વીરાણી, ઢીલાણી કે પૂજાણી-ફૂજાણી' આવે જ! આ બધી સિંધી અટકો નથી પણ આપણા પ્લાન મુજબ એમનુંય સિંધીકરણ કરવું હોય તો એક 'ણી'ની પાછળ એક વધારાનો 'ણી' લગાવી દઈ શકાય. જેમ કે 'ખોખાણીણી, કીકાણીણી, પૂજાણીણી...'

સિંધીઓની અટકોની જેમ નામ પણ મસ્તીભર્યાં હોય છે. જોકે

દરેક નામનો અર્થ જાણવો જરૂરી નથી. 'ભૂગડોમલ સુક્કોમલ લલચાણી' અથવા તો 'લોટનદાસ હાંસારામ ખૂબખિલાણી...' લે. બોલ્લો... આમાં શું સમજવું?

જો કે સિંધી પતિદેવો અને પત્નીઓ વચ્ચે માનવામાં ન આવે એટલો તફાવત છે, કપડાંનો, રંગની પસંદગીનો અને ઠીકઠાક દેખાવનો! સિંધીભાઈ સાવ સીધા સાદા... સફેદ લેંઘો અને સફેદ શર્ટ માનીતો ડ્રેસ...! નેપોલિયન બોનાપાર્ટ પણ સિંધી હોત તો એય લેંઘો અને શર્ટ પહેરીને જ યુદ્ધના મેદાનમાં જાત! આ પ્રજાએ બહુ ગરીબી જોઈ છે, બહુ ભટકવું પડ્યું છે, બહુ અત્યાચારો સહન કરવા પડ્યા છે એટલે જ પતિદેવોને અપ-ટુ-ડેટ દેખાવા કરતાં પૈસા કમાવામાં વધારે રસ છે. સેલ્સમેનશિપમાં હિમાલયમાં જઈને ફ્રિઝ વેચી આવે એવા બાહોશ છે. રૂપિયાનોય નફો મળતો હોય તો આ લોકો તાજમહલ પડતર ભાવે વેચી નાંખે, પણ ઘરાક પાછો ન જવો જોઈએ અને આખો દિવસ ટાંટિયા તોડતી કાળી મજૂરી કર્યા પછી તો સફેદ લેંઘો અને શર્ટ જ બાકી રહેને, સાંઈ?

પણ એમની સ્ત્રીઓ ભારે ઠાઠમાઠ અને ભપકાવાળી! જિંદગીની ક્ષણેક્ષણ શાહી ઢબે જ જીવવાની! રંગો થોડા ભડક ખરા, પણ સાંભળ્યું છે કે સિંધી-બહેનોને કારણે જ ભારતનો કપડાઉદ્યોગ ટકી રહ્યો છે, પફ-પાવડર અને લિપસ્ટિક જેવાં કોસ્મેટિક્સ બનાવનારાં કારખાનાંઓ પણ આ બહેનોની કૂણી લાગણીને કારણે જ ચાલે છે. ઠાઠ અને ભપક સાથે બહાર નીકળવામાં ભારતભરની કોઈ સ્ત્રી સિંધી-બહેનની તોલે ન આવે!

તમામ ધર્મો પ્રત્યે પૂરતો આદર રાખવાનું તો કોઈ સિંધીઓ પાસેથી શીખે! પવિત્ર ચેટી-ચાંદના તહેવારે 'જય ઝુલેલાલ'ની આરાધનામાં લીન થઈ જતાં મસ્ત સિંધીઓ અંબાજી માતાનાય ભક્તો છે, 'દમાદમ મસ્ત કલંદર, અલી દા પહેલા નંબર, લાલ શાહબાઝ કલંદર' ભજનને પૂરી આસ્થાથી ગાનારી આ પ્રજા કોઈ પીરની દરગાહ

પર સજદા કરવામાંય પૂરી પવિત્રતા જાળવશે !

વાત પાપ્પર ખાવાની હોય કે કાપ્પર ખરીદવાની, સિંધીઓની કાલી-મીઠી ભાષા મને તો સાંભળવી ખૂબ ગમે છે. 'ર'ને બદલે 'ડ' અને 'ડ'ને બદલે 'ર'ની બોલવાની ઘણાંની આદતને કારણે ભાષા મીઠડી લાગે છે. 'વડી સાંઈ... માડા માટે થોરો થોરો જગ્યો કરોની સાંઈ ! ટડેન તો પંખીનો માડો છે, માડો ! બરી બરી લમ્બી મુસ્સાફડી કડવાની છે... બોડીવલી આવે ત્યારે ઉતડી જાશું, સાંઈ !'

'નહિ નહિ સાંઈ... તમ્માડા માટે ટ્ડેનમાં નહિ, દિલમાં પણ જગ્યા કડી છે... ભાડતભડની મુસ્સાફરી કડોને, સાંઈ... તમે તો ભાડતને પોતાની મા સમજી શક્યા છો, સાંઈ... તો અશોકમલ દવાણીના...

જય ઝુલેલાલ.

તા. ૪-૪-'૯૦

# ૧૪. મુસ્લિમ હ્યુમર

ક્યારેક તંદુરસ્ત-હાસ્યની ઈચ્છા થાય અને ખડખડાટ હસી જ પડવું હોય તો અમદાવાદના છીપા વાડમાં એકાદ કલાક આંટો મારી આવો અથવા તો કોઈ પણ અભણ મુસ્લિમને તમારો દોસ્ત બનાવો ! મુસ્લિમ અભણ હશે પણ એના હાસ્યનું લેવલ કોઈ પણ યુનિવર્સિટીમાં ગોલ્ડ-મેડલ અપાવે એવું ઊંચું હશે. દેશને અવ્વલ નંબરના સંગીતકારો, ગાયકો અને હાસ્યકારો (જરૂરી નથી કે, હાસ્યકારો હાસ્યલેખકો જ હોય !) મુસ્લિમ પ્રજાએ આપ્યા છે... સ્વાભાવિક છે... શ્રેષ્ઠ સંગીત અને શ્રેષ્ઠ હાસ્ય ગરીબીમાંથી જ આવે ! સંગીતના સૂર લખીને શીખી શકાતા નથી અને બીજાને હસાવવા માટે ચાર્લી ચેપ્લિન બનવાની જરૂર નથી... કાનને હસાવવા માટે અને હોઠને ડોલાવવા માટે જિગરમાં દર્દ અને પેટમાં ભૂખ હોવી જરૂરી છે. એ હિસાબે મુસ્લિમોએ ઘણું સહન કર્યું છે અને માટે જ દર્દની દુનિયાના આ બાદશાહોએ ગરીબીનું મોટા ભાગનું શૅરબજાર કવર કરી લીધું છે... એમના આ શૅરબજારમાં કાયમની તેજી !

બીજી બાજુ, છીપા વાડને તો હું હાસ્યની યુનિવર્સિટી કહું છું. એના મોટા ભાગના સ્નાતકો ફીને બદલે હાસ્યો ભરી ભરીને ગુલે-ગુલઝાર થયા છે. દુનિયામાં ક્યાંય મુસ્લિમો બોલતા ન હોય એવી પોતાની આગવી 'છીપા-ઉર્દૂ' આ લોકોએ વિકસાવી છે, જેમાં કાઠિયાવાડી મીઠાશ જેવો રણકો તો અનોખો જ, પણ મૂળ ઉર્દૂ-હિંદીનો ખીચડો બનાવી એમાં જે 'છીપા-ટચ' ઉમેર્યો છે જે કાનને હાફૂસ લાગે છે. 'બાવા' શબ્દ છીપાઓએ આપ્યો. 'બાવા' એટલે સાધુ-બાવા

નહિ, પણ 'ટિપિકલ-છીપીયન-લિંગો' મુજબ 'બાવા' એટલે અમારા ખાડિયાની ભાષા મુજબ 'બૉસ', 'દાદુ', 'બાપુ',... દોસ્ત ! અને ક્યારેક 'ફાધર'ના અર્થમાં પણ ૧

અને એમાંય વાત પોતાની મજાક કરવાની હોય કે દુઃખને હસી કાઢવાનું હોય. બધું છીપા-ઈસ્ટાઈલમાં ! અહીં વાત પોતાના પિતાના અવસાનની છે, પણ અંદાજ જુઓ :

– અબે ક્યા ઈસ્માઈલ ભાય... યૂ મૂંહ લટકાયે કાયકુ ખડેલા હૈ ?

– બે હાં યાર... મેરે બાવાકી મેન-લાઈન કટ ગઈ...!

– ક્યા બાત કર રિયા હૈ ? તમકુ કબ માલૂમ પડા ?

– અબે સાલે પૂરે મહેલ્લેમેં પતા હૈ ઓર તમકુ પતા નહિ તો ક્યા મૈ અપણે બાવાકુ બોલણે જાતા કિ ''બાવા... જાતે હો તો જાઈઓ લેકિન આપણે ગફૂરભાયકો બતાકેં જાઈઓ ?'' દિમાગ ચાટ રિયેલા હૈ...!!

હા, ક્યારેક મોકો મળે તો છીપા-શાયરો (છીપા એટલા માટે કે એ બહાર નથી આવતા) 'બરસાતી મેંઢક', 'ફિત્ના અમદાવાદી (ફિત્ના એટલે ઉપદ્રવી, તોફાની) અને 'ગિરગીટ' જેવા હાસ્ય-શાયરોની ફૂટપાથિયા મહેફિલમાંય બેસી જવા જેવું ખરું...! 'દૂરદર્શન' પરના સરકારી શાયરો ક્યારેક બેવકૂફીભરી શાયરીઓ કે ગઝલ-હઝલ કહીને હસાવવાનાં વલખાં મારે છે, જ્યારે આ ફનાકારો બેધડક હસાવે રાખે છતાંય શાયરીની ક્વૉલિટી જરાય નીચી ન હોય !

છીપાઓમાં જન્મજાત હ્યૂમર આવી જ જાય છે, પણ બધાને પાછી એની ખબરેય હોતી નથી.

ઈલેક્શન દરમ્યાન એક છીપા ઉમેદવારે પોતાનું નિશાન 'સાઈકલ' રાખ્યું હતું અને પ્રચાર માટે મહોલ્લે-મહોલ્લે ફરતો હતો. એ વખતે પોતાની દુકાનમાં 'ફજર કી નમાજ' (સવારની પ્રાર્થના)ની તૈયારી કરતા જૈફ ચાચાને પેલા ઉમેદવારે બૂમ મારી વિનંતી કરી.

''એ, ચાચા... એલેક્સન આ રિયા હૈ... અપણી સાઈકિલકા

ધ્યાન રખિયો બાવા !''

''બે ચિલ્લા મત ફજર-ફજર મેં... તાલા લગાકે જાઈયો !''

સમસૂભાઈ છીપેકા ગરાજ (ગેરેજ) હોય કે ઉમર છીપાનો કલા-કસબ હોય કે ફરીદ છીપાનું ક્રિકેટ-મેદાન હોય, મસ્તીભરી મજાકો તો નોકરીની માફક કરવાની. હસેંગે નંઈ તો ખાયેંગે ક્યા... ભેજા ?''

એવી જ રીતે સંપૂર્ણ સાહિત્યિક અને ઊંચી ઔલાદનું હાસ્ય આપણા મરહૂમ શાયર શેખ આદમ આબુવાલા સિવાય તો બીજું આપીય કોણ શકવાનું હતું. આ વહોરાજી શાયર વધુ હતા કે હાસ્યકાર – એ તો બેમાંથી કયું 'ક્વૉલિફિકેશન' ઊંચું કહેવાય એની અમને જાણ ન હોવાથી 'જે ઊંચું તે શેખ આદમનું' એમ કહી મન વાળી લઈએ છીએ, બાકી ગુજરાતી સાહિત્યમાં 'બૉડી-લેંગ્વેજ' દ્વારા વાતચીત કરતો આ પ્રથમ સાહિત્યકાર હતો. એની વાતોમાં ચોંકાવી દેનારી માહિતી હોય કે 'ઇમ્પ્રેસ' કરી નાંખે એવું સાહિત્ય હોય, પણ હોય બધું હાસ્યના લિસોટા સાથે જ ! દેશના ભ્રષ્ટાચારનો એક માત્ર ઉકેલ 'આદમ' પાસે હતો.

*'લાંચ લેતે પકડા ગયા ?...*
*લાંચ દે કે છૂટ જા !''*

કેવો સીધો હિસાબ છે ! પણ આમેય શેખ આદમ યાદ આવે ત્યારે મહાન ફિલસૂફ મુલ્લાં નસરૂદ્દીન જ દેખાય... મુલ્લાં નસરૂદ્દીન સિવાય બીજા કોઈની તાકાત નહિ કે શેખ આદમની ફિલસૂફીની બરોબરી કરી શકે... બન્ને એકબીજાના અવતારો હતા !

બાકી 'આર્ટ' સાથેનું 'પોલિશ્ડ-હ્યૂમર' જોવું હોય તો નામદાર આગાખાની ઇસ્માઈલી ખોજાઓ પાસે જઈને કલાક-બે કલાક બેસવું પડે. મુસ્લિમોનો આ વધુ ભણેલો-ગણેલો વર્ગ છે, રીફાઈન્ડ ! એમની તો હ્યૂમરમાંય નમ્રતા...!

ખૂબ વંચાતા અમારા ઇસ્માઈલી લેખક નસીરને કોઈ બહેને પત્રમાં લખ્યું, ''મને આપના માટે ખૂબ અહોભાવ છે. કાયમ તમારી

કૉલમ વાંચું છું. તમારો એક ફોટો મોકલી આપશો ?'' જવાબમાં નસીરે ફક્ત એક જ વાક્ય લખ્યું, ''બહેન, આપનો અહોભાવ ટકી રહે એ માટે હું ફોટો મોકલી શકું એમ નથી !''

પોતાની ઉપર 'પોલિશ્ડ' મજાકના માસ્ટર ઝૂલ્ફી લાલાણીએ સારો એવો સમય જવા દીધા પછી લગ્ન કર્યાં. હમણાં... તેના જવાબમાં એ કહે છે, ''મારી હાઈટ વધુ છે ને... એટલે ઠેઠ... ઉપર સુધી લોહી મોડું પહોંચે છે !''

ખોજાઓ મૂળ તો હિંદુ-લોહાણા-વટલાઈને ઈસ્માઈલી બન્યા. મુસ્લિમોની આ એક જ જ્ઞાતિ એવી છે, જે ઘરમાંય શુદ્ધ ગુજરાતી જ બોલે છે. નામ-અટકો પણ જરૂરી નથી કે, ઉર્દૂ-અરબી-કે ફારસીમાંથી લીધા હોય. આજે પણ ઈસ્માઈલી-ખોજાઓનાં નામો રાજેશ, મહેશ કે ચુનીભાઈ હોય છે. (જેમકે, ડિમ્પલ ચુનીભાઈ કાપડિયા.) ઇંગ્લિશ નામોય હોય, 'જેનીસ', 'રીમ', 'નેવેલિ', 'નીલસિન' કે 'નેવિના'.

નામદાર આગાખાનના આ અનુયાયીઓને ફોન કરો કે રસ્તામાં મળે તો તમારે ''યા અલી મદદ'' બોલવાનું, એના જવાબમાં એ લોકો ''મૌલા અલી મદદ'' કહેશે... એટલે કે, દોસ્તી પાકી !

સૈયદ કે શેખ એટલે મુસ્લિમોમાં બ્રાહ્મણો જેવી પવિત્ર કોમ ! આ તો કહેવાય છે કે, ભારત- પાકિસ્તાનના મોટા ભાગના મુસ્લિમો મૂળ તો વટલાયેલા હિંદુઓ જ છે... જોઈ લો ચામડીનો કે લોહીનો રંગ... કોઈ ફેર છે ? કોઈ ફેર નથી. એટલું સમજવા માટે આ બન્ને કોમોને કોમી-હુલ્લડો કરવાં પડે છે...!

દુનિયાભરના વાસણ-ઉદ્યોગને મુસ્લિમો નડ્યા છે. ઘરમાં ગમે તેટલા પુરુષો હોય, જમવાનું એક જ થાળીમાં ! એક જ થાળીમાં જમવાને કારણે મુસ્લિમોમાં-હિંદુઓમાં જે નથી તે આવે છે... એટલે કે એકતા આવે છે. દૂરથી કોઈનો જનાજો આવતો હોય તો મુસ્લિમો પોતાનો કામધંધો પડતો મૂકી, માથે રૂમાલ બાંધી છેવટે પાંચ મિનિટ પૂરતોય જનાજાને કાંધો આપી આવે છે !... ભલે મરહૂમની સાથે કોઈ જ ઓળખાણ ન હોય કે પછી ભલે જનાજો દુશ્મનનો ઊઠ્યો

હોય ! અમદાવાદના છીપાવાડમાં ૧૦-૧૨ વર્ષના છીપા બાળકો રોડ ઉપર ક્રિકેટ રમી રહ્યા હતા. ટ્રાફિક સાઈકલો કે સ્કૂટરોનો સવારના દસેક વાગ્યાનો સમય ને કામધંધાવાળાઓએ દુકાન હમણાં ખોલી હતી. ઉસ્માનભાઈ પાનવાળા એમના નાનકડા ગલ્લા ઉપર એક ઢીંચણ ચઢાવીને હજી બેઠા જ હતા. ત્યાં સામે લગાડેલ દુકાનના અરીસામાં જોયું તો કોઈનો જનાઝો આવતો હતો.

''યા અલ્લાહ ! યે સુબુ સુબુ કૌન મર ગયા ?'' કાચી સેકન્ડમાં હાથરૂમાલ માથે બાંધી, દુકાન છોડી, જનાઝાને કાંધો આપવા ગયા.

એ તો પેલા છોકરાઓ આજે ક્રિકેટને બદલે 'જનાઝા-જનાઝા'. રમતા હતા. મહોલ્લાના કોઈ મકાનની બહાર મૂકેલો ખાટલો લઈને એમાંનો એક દસ વર્ષનો બશીર મડદું થઈને ખાટલે સૂઈ ગયો. એ પેલા પાનવાળા ઉસ્માનભાઈનો જ છોકરો હતો. આ ટોળકીનો જનાઝો નીકળતો હતો ને સામેથી 'યા અલ્લાહ... યા અલ્લાહ' કરતા ઉસ્માનભાઈ ટૅન્શનમાં મોટા પગલાં ભરતા આવે.

પણ જનાઝાની આગળ ચાલતા બે-ચાર છોકરાઓએ દૂરથી ઉસ્માનભાઈને જોઈ લીધા. આંખો ફાટી ગઈ. તાબડતોબ ખાટલો નીચે ઉતારીને, ભરાયેલા શ્વાસે બે-ત્રણ છોકરાઓએ બશીરને ખાટલેથી ખેંચી કાઢ્યો. ''અબે બશીરીયે... ભાગ જા... પીચ્છુ સે તેરા બાવા કાંધા દેને આ રીયેલા હૈ... !''

બસ... થોડીવારની ધોલધપાટ ને પાનનો ગલ્લો પાછો ધમધમતો !

એમની બીજી ખૂબી એ કે, ઈસ્લામના નામ ઉપર હલકટ રાજકારણીઓ એમને ફાવે એમ ઉશ્કેરી દે એટલે પત્યું ! થૅન્ક ગૉડ... મુસ્લિમોમાં હવે શિક્ષણનું પ્રમાણ કૂદકે ને ભૂસકે આગળ વધી રહ્યું છે, જેમાં ઈસ્માઈલી ખોજાઓ તો પહેલેથી જ આગળ હતા, પણ હવે વહોરાઓ પણ બહુ પાછળ નથી ! અન્ય મુસ્લિમોમાં પણ 'રેશનલ' વર્ગ તેજસ્વીપણે બહાર આવી રહ્યો છે.

સરખામણી જ કરવાની હોય, તો, હાસ્યવૃત્તિ પારસીઓમાં,

શીખોમાં, બ્રાહ્મણોમાં તેમજ ભારે શરીરવાળાઓ અને ક્યારેક કોઈ શ્યામ રંગી વ્યક્તિઓમાં જોવા મળે છે, પણ મુસ્લિમોનું હાસ્ય વિશિષ્ટ એટલા માટે છે કે, કૌમનો મોટો ભાગ અભ્યાસથી વંચિત રહી ગયો હોવા છતાં હાસ્યનું ધોરણ સાર્વત્રિક જળવાયું છે... અમારી દૃષ્ટિએ હિંદી ફિલ્મોમાં આજ સુધી મહેમૂદની બરોબરી કરી શકે એવો બીજો કોમેડિયન થયો નથી. એનું એક કારણ એ પણ હશે કે, મહેમુદે પણ ભિખારીની કક્ષાની ગરીબી જોઈ છે, જે ચાર્લી ચેપ્લિને જોઈ હતી. બન્નેએ સ્લેટ-પેનથી આગળ વધવાનું માંડી વાળ્યું હતું. છતાં લાઇફમાં પોસ્ટ-ગ્રેજ્યુએશનનો કોર્સ હસતાં-હસતાં કર્યો હતો.

આ જ કારણે મુસલમાનોની હાસ્યવૃત્તિ માટે આદર તો વધુ થાય પણ એક વાત અચૂક કહેવાનું મન થાય, ''બાવા... અલ્લામિયાંકી ખાતીર પઢના-લિખણા મત છોડિયો... દાઉદ ઈબ્રાહીમ બનના હૈ કિ દિલીપસાહબ બનના હૈ... ઓ તમકુ હિ જ દેખણા હૈ !''

# ૧૫. બ્રાહ્મણ ઝેર ખાય પણ ઘેર ન ખાય

(૧) બ્રાહ્મણ ઝેર ખાય પણ ઘેર ન ખાય (૨) બામણી વંઠે તો તરકડે જાય (૩) બ્રાહ્મણની આંખમાં ઝેર (૪) બે બ્રાહ્મણ સાથે જતા હોય તો એમાંનો એક મરવાનો થયો છે, એ નક્કી (૫) બા'મણ ભીખ માંગે અને મંગાવે (૬) ઘી-ચોરિયું, ઘી-ચોરિયું, સાવધાન (૭) જે ખાય તમાકુ ને ચૂનો-એ ભામણ જાણવો જૂનો (૮) બ્રાહ્મણના ત્રણે અક્ષર વાંકા... અને એટલે જ કોઈ એને 'બામણો' કહે, કોઈ 'ભામટો' કહે, સૌરાષ્ટ્રવાળા તો આમેય સીધું ન બોલે એટલે 'ભામણ' કહે, તો ઉર્દૂવાળા એને 'બરહમન' કહે છે !!... ઈંગ્લૅન્ડમાં છપાયેલી ઑક્સફર્ડ ડિક્શનરી મુજબ બ્રાહ્મણનો અર્થ 'અત્યંત સુસંસ્કૃત અને બુદ્ધિમાન હિન્દુ સારસ્વત...' ઓમ નમઃ શિવાય.

બ્રાહ્મણો જેટલા દુશ્મનો કદાચ કૌરવોનેય ન હતા. આ શ્રેણી છપાતી રહી, તે દરમિયાન અનેક બિન-બ્રાહ્મણ વાચકોએ બહુ ઉત્સાહવાળી દાઝ સાથે કહ્યું હતું, 'દાદુ, બ્રાહ્મણો ઉપર ક્યારે લખો છો ?... છોડાં ફાડી નાંખજો યાર !'' અને કેમ જાણે ઉપરની આઠેય વાતો અમે ખોટી માની લેવાના હોઈ એમ પાછા ઉમેરે, ''બૉસ... આપણું નામબામ નહિ લખતા હોં ! અમારે ત્યાં મોટા ભાગના બા'મણો જ છે !''

બ્રાહ્મણો માટે અન્ય જ્ઞાતિઓવાળા શા માટે બુલડોઝરો લઈને ફરે છે, એની મને નવાઈ લાગે ખરી ! એ કામ એમણે અમારી ઉપર

છોડી દેવું જોઈએ. એક-બીજાને ખલાસ કરવા માટે અમે લોકોએ પોસ્ટ-ગ્રૅજ્યુએશન કરેલું છે. કુસ્તી સિવાયની કોઈ પણ રમતમાં અમે એકબીજાને પછાડી નાંખીએ એવા છીએ. ક્ષેત્ર કોઈ પણ હોય, નોકરી, રહેઠાણ, સ્પોર્ટ્સ, સાહિત્ય, ગીતસંગીતની દુનિયા કે પત્રકારત્વથી માંડીને ગુંડાગર્દીના આલમમાં એક બ્રાહ્મણ બીજા બ્રાહ્મણની કાછડી ખેંચી સંડાસ ગયા પછી હાથ ધુએ એમ હાથ ધોઈ નાંખે એવો પવિત્ર છે... ઓમ નમઃ શિવાય.

સિંહોનાં કે બ્રાહ્મણોનાં ટોળાં ન હોય... એ એકલા જ ફરતા હોય ! કોઈ પણ ઑફિસ જુઓ, બ્રાહ્મણો બહુમતીમાં જ હશે. (... હવે જોકે, ''સરકારી બ્રાહ્મણો'' બહુમતીમાં હોય છે !!) પણ, પટેલોનું બેશક જુદું ગ્રૂપ હશે, મુસલમાનો, વાણિયાઓ, કેરળના નાયરો કે જૈનો... આ લોકો વચ્ચે વાંદરાઓ જેવો સંપ હશે... એમાંનું એકાદુંય ઘાયલ થયું તો હૂપા-હૂપ કરી નાંખે !! જ્યારે બ્રાહ્મણનાં ગ્રૂપ તો સ્મશાનોમાંય નથી થતાં... અને થાય તો, ''આને કોણે હુવાડ્યો ?'' ના જવાબમાં બીજા બ્રાહ્મણનું નામ ચઢાવવા પૂરતા ભેગા થયા હોઈએ !!

હરિજનથી માંડી મુસલમાનો માટે અમે જાન આપી દઈએ ત્યાં સુધીની જ દોસ્તી... એથી વધુ એક ઇંચ પણ નહીં !! આવું અમે બીજા બ્રાહ્મણો માટે વિચારી શકતા હોત તો અમે આ દેશ ઉપર ૪૦ વર્ષ રાજ કર્યું છે, એ ન કરી શકત ! (અમારા તમામ બ્રાહ્મણ વડાપ્રધાનોને હરિજન અને મુસલમાન દોસ્તોએ ગાદી પર બેસાડ્યા છે... ગાદી મળતી હોય તો અમે !! ઓમ નમઃ શિવાય...)

અમે એક ન થઈ શકીએ એનાં પૂરાં ૮૪ કારણો છે, કારણ કે પટેલોમાં બે જ જાત લેઉઆ અને કડુઆ, જૈનોમાં બે જ ફાંટા, મુસ્લિમોમાંય બે, લોહાણાઓમાં કે રાજપૂતોમાંય બે-ત્રણથી વધારે નહિ... સિંધીઓમાં તો જાતપાત જ નહિ... એક જ ! પણ બ્રાહ્મણોમાં

પાંચ-સાત કે ૪૦-૫૦ નહિ, પૂરી ૮૪-જાતો છે, શ્રીમાળી બ્રાહ્મણ, ઔદિચ્ય, બાજ ખેડાવાળ, શ્રીગોડ, રાજગોર, તપોધન, દંઢાવ્ય... મારું તે કંઈ છટકી ગયું છે તે બધીઓનાં નામો લખું?... આટલાં લખ્યાં એય મારવા આવે એમ છે! ''પહેલું કેમ પેલા શ્રીમાળીઓનું લખ્યું?'' એ ધોરણે બાકી ૮૩ કરતાં પોતાને ઊંચા સાબિત કરી શકીએ એમ છીએ!!

વાર્તા ૮૪માં જ પૂરી થઈ જતી હોત તો કૉમેડી ઉમેરવાની નોબત જ ન આવત! પણ અટક ઉપરથી જાત પૂછી જોયા પછી અમે હોરર-સસ્પેન્સ ખૂલવાની રાહ જોઈએ કે, ''યજુર્વેદી છે કે સામવેદી?'' જો આપણાવાળો ન નીકળ્યો તો ગયો, કામથી... અને આપણાવાળો જ નીકળ્યો તો તો... સાલો મરવાનો થયો છે! ઓમ નમઃ શિવાય.

...ગયા જન્મમાં બહુ પુણ્યો કર્યાં હોય ત્યારે મનુષ્ય અવતારમાં માંડ બ્રાહ્મણનો જન્મ મળ્યો હોય એ પુરસ્કારના ફટાકડા ફોડવાને બદલે અમે બેચેન રહીએ છીએ કે, પાડોશીના ઘેર ભલે બ્લૅક ઍન્ડ વ્હાઈટ ટી.વી. હોય, પણ આપણા જ્ઞાતિબંધુના કલર ટી.વી.માં તો ડિમ્પલ કાપડિયા વધારે રૂપાળી નહિ દેખાતી હોય ને?

જાણો છો અમારામાં અટકો કેવી હોય છે?

દવે (એટલે મૂળ દ્વિવેદીનું અપભ્રંશ) અમે ફક્ત બે જ વેદોના જાણકાર... ત્રિવેદી - ત્રણ વેદોના જાણકાર અને ચતુર્વેદી (વાચકોએ મજાકનો મૂડ છોડી, અમારામાંથી એકેયને એકેય વેદનું નામ પૂછવું નહિ... આખરે મજાકની બી કોઈ હદ હોય! ઓમ નમઃ શિવાય!!)

પણ બાકીની અટકો બા'મણ ઓળખવા માટે પૂરતી છે. જોશી, મહેતા, શુક્લ, ભટ્ટ, જાની, પાઠક, ઓઝા, ઉપાધ્યાય, ઠાકર, પંડ્યા, પુરોહિત, બોરીસાગર, ત્રિપાઠી, ગોર, રાજગોર, આચાર્ય, અધ્વર્યુ, અધ્યારુ, અગ્નિહોત્રી, પંડિત, પંડ્યા, પાન્ડે, અવસ્થી, બધેકા, વૈદ્ય, પંચોલી, ભારદ્વાજ, વ્યાસ, રાવલ, દેસાઈ, શાસ્ત્રી, શેલત, કવિ...

અને આ બ્રાહ્મણોએ કોઈ ક્ષેત્ર સર કરવાનું બાકી રાખ્યું નથી, જેમાં નાક ઝબોળે એમાં નંબર વન જ હોય... દાખલાઓ આપું? ફિલ્મોમાં અમિતાભ બચ્ચન, ક્રિકેટમાં સુનિલ ગાવસકર, સચિન તેન્ડુલકર, રાજકારણમા ઇન્દિરા ગાંધી, ગુંડાગર્દીમાં વર્દરાજન મુદલિયાર, સંગીતમાં પંડિત ભીમસેન જોશી, સાહિત્યમાં સા...હિ... ત્ય...માં... સૉરી પણ હાલ પૂરતું તો સંસારનું આ સર્વશ્રેષ્ઠ નામ જ સબકી ઝબાન પર હૈ... ભવિષ્ય માટે... દેખા જાયેગા!!

પણ એક ક્ષેત્રમાં બ્રાહ્મણો જેટલું ઊંચું નામ ફ્રાંસ, બ્રિટન કે રશિયાના રાજકુમારોનુંય ન હતું. અને એ ક્ષેત્ર છે, લફરાબાજીનું. જોકે, એ રાજકુમારો અને બામણ ભ'ઈઓ વચ્ચે ફરક એટલો કે, રાજકુમારો ગૅસનો બાટલો નોંધાવતા જાય એટલી વારમાં ૮-૧૦ લફરાઓ તો હવાફેર ખાતર પતાવતા આવે, જ્યારે બા'મણભાઈએ આખી જિંદગીમાં માંડ એક વખત ઇશ્કે મિજાજી કરી બતાવી હોય એમાં તો કામરૂ દેશ જીતી લાવ્યો હોય એવો ખુશ થાય! હા... બીજો પણ એક ફરક છે... જરૂર પડે બ્રાહ્મણકુમાર બધું પોતાની ઉપર ઓઢી લે... પેલીને બદનામ ન થવા દે! એ પાત્ર બેવકૂફ કે બેવફા હોય તો પણ...!!!

બ્રાહ્મણો રોમૅન્ટિક હોય તો એમાં નવાઈ પણ નથી. સ્ત્રીઓ તો શું પુરુષોનેય એમની ધાંય- ધાંય-ધાંય... ઈર્ષા કરવી પડે એવો જરૂરી તમામ કાચો માલ એમનામાં જોવા મળે છે. ખાસ તો બામણોની 'અટર્લી-બટર્લી-ડૅલિશિયસ જીભ, માય ગૉડ, ઇંગ્લૅન્ડની રાજકુમારીથી માંડીને એની દાસીય ઇમ્પ્રેસ થઈ જાય! બુદ્ધિમાં તો મજાલ છે એની કૅટેગરીવાળા બીજી કોઈ પણ જ્ઞાતિના યુવાનની કે બ્રાહ્મણને પહોંચે? બ્રાહ્મણો દલીલબાજીના બાદશાહો હોય છે. ઈશ્વરે પૈસા સિવાયની તમામ ચીજો કસ્ટમમાંથી છોડાવેલા માલ જેવી મોંઘી માત્ર બ્રાહ્મણોને જ આપી હોવાથી ગમે તે એક ક્ષેત્રમાં બ્રાહ્મણકુમાર શહેનશાહ હોય

છે! ઍન્ડ અફ કોર્સ... આખા વિશ્વમાં સર્વશ્રેષ્ઠ-સૅન્સ ઑફ હ્યુમર તો બ્રાહ્મણોને જ મળી છે... એ વાતનો કોઈ ઈન્કાર તો કરે...!! લુચ્ચાઈ પણ અમને ગળથૂથીમાંથી મળી છે.

દર અઠવાડિયે કોક તો પૂછે જ છે, ''તમામ હાસ્યલેખકો બ્રાહ્મણો જ કેમ?'' જવાબ સીધો છે. ગરીબી બધાં સમાધાનો શીખવે છે. સમાધાન એટલે હસી કાઢવું. મારી ઈચ્છા તો બેનઝીર ભુટ્ટોને લઈને ચીનની દીવાલ ઉપર સવારે જોગિંગ કરવા જવાની હોય... પણ એમ કંઈ નોકરીમાંથી રજાઓ મળે? ન મળે એટલે ભુટ્ટોવાળી વાતને હસી કાઢીને ઘરે જેને પત્ની તરીકે ફીટ કરાવી હોય એને લઈને તરણેતરના મેળાનો આંટો મારી આવીએ. એનું નામ સમાધાન...! ઓમ નમઃ શિવાય.

પણ ગરીબ તો આખો દેશ છે – બધા કેમ હાસ્યલેખકો નથી બની શકતા?

જવાબ સીધો છે... ગરીબી તો સરકારેય આપી શકે, વિદ્વત્તા ક્યાંથી લાવવી? બ્રાહ્મણો સાચા અર્થમાં સારસ્વતો છે... વિદ્વત્તાનો ઉપયોગ જિંદગી બનાવવા માટે કરે છે, પૈસા બનાવવા માટે નહિ!!

કાપડના ભાવો વધ્યા પછી બ્રાહ્મણોએ જનોઈ પહેરવાનું ઓછું કરી નાંખ્યું છે. જરૂર પડે કાને ભરાવવાની જનોઈ એ લોકોએ ઘરની ખીંટી ઉપર ભરાવી દીધી છે.

ચાણક્ય જેવા ચળકતા ટકલાઓનો જમાનો ગયો, પણ ગાયત્રીનો મંત્ર કોઈ બ્રાહ્મણ ભૂલ્યો નથી. ભગવાન ગણેશની માફક બ્રાહ્મણોને પણ કોઈ પણ જ્ઞાતિના શુભ પ્રસંગે સર્વપ્રથમ સ્થાન અને માન આજે પણ અપાય છે, એ અર્થમાં કોઈ પણ હિંદુના લગ્નમાં સર્વપ્રથમ ટાંગ કોઈ બ્રાહ્મણે મારી હોય છે. (કોર્ટવાળાય સમજીને બને ત્યાં સુધી આવી બબાલો પતાવવા બ્રાહ્મણ ન્યાયાધીશો જ રાખે છે!)

હા, લોહી બહુ ગરમ! ''આ તારી નોકરી ખાહડે મારી, જા.''

એવું તો અમારો છંછેડાયેલો બ્રાહ્મણ રિસેસ સિવાયના પૂરા સમય દરમિયાન બોલતો હોય છે. એક મિનિટમાં નોકરી છોડી દેતાં કે બૉસને બી થપ્પડ ઝીંકી દેતાં વિચાર ન કરે. જોકે, બ્રાહ્મણોનો બીજો જથ્થો ચમચાઓનો બનેલો છે. ચમચાગીરીમાં નાગરો અને બ્રાહ્મણો એકબીજાની હરીફાઈ કરે એવા હોય છે... ફરક એટલો કે, બ્રાહ્મણો ચમચાગીરીના મેદાનમાં ફાવતા નથી... મગજ આખરે તો ગરમ રહ્યું ને ! ઓમ નમઃ શિવાય.

એક હકીકત હું બેધડક લખી શકું છું. ભારતની તમામે તમામ કોમ, જાતિ કે જ્ઞાતિઓમાં નાક-નકશો સૌથી વધુ સુંદર સ્ત્રીઓ બ્રાહ્મણોમાં હોય છે. ઈવન બ્રાહ્મણ પુરુષ પણ ખૂબસૂરત તો હોય જ. બ્રાહ્મણોની સુંદરતા મૅઈક-અપ, વૈભવ કે મોંઘા કપડાંની મોહતાજ રહી નથી. સ્ત્રી સુંદર તો હોય પણ બુદ્ધિશાળી પણ એટલી જ હોય, એ હકીકત ફક્ત બ્રાહ્મણોમાં જોવા મળશે. (અમે અગાઉ પણ લખી ચૂક્યા છીએ કે, સ્ત્રી પોતાનાથી વધુ સુંદર સ્ત્રીને તો કદાચ માફ કરી દે, પણ પોતાનાથી વધુ બુદ્ધિશાળી સ્ત્રીને ક્યારેય માફ કરી શકતી નથી ! અને આ હકીકત બ્રાહ્મણ-સ્ત્રીઓને પણ લાગુ પડતી ભાગે આવી છે.)

પણ ઊંચા આઈ-ક્યૂને કારણે બ્રાહ્મણ-સ્ત્રીઓ પણ નોકરીઓમાં પ્રતિષ્ઠિત સ્થાનો પર હોય છે. ગુજરાતભરની કદાચ ૮૦ ટકા શિક્ષિકાઓ (સારી શિક્ષિકાઓ) બ્રાહ્મણ જ હશે. પત્રકારત્વ અને સાહિત્યમાં આજકાલ એમની બોલબાલા છે. પત્રકારત્વમાં તો જિગર જોઈએ જિગર... અને એમની પાસે છે જ - ધ બોલ્ડ ઍન્ડ ધ બ્યુટીફુલ...

ભગવાન શંકર, ગાયત્રી અને અંબાજીનાં આ લાડકાં સંતાનો અણીને વખતે કાને જનોઈ ચઢાવતાં નથી, ઘેર ત્રિકાળ સંધ્યા કે ગાયત્રીની માળા જપનારા બહુ ઓછા રહ્યા છે. માથા પાછળ ચોટલી એ પ્રત્યેક બ્રાહ્મણનું આઈડેન્ટિટી કાર્ડ જ કહેવાતું. બ્રાહ્મણોના લાડુનું